ഊരുകാട്

സജീവ്കുമാർ ശശിധരൻ

സജീവ്കുമാർ ശശിധരൻ

കർഷക കുടുംബത്തിലെ അംഗം . എൺപതുകളിലെ ഒരുനാൾ കേരളത്തിലെ കൊല്ലം ജില്ലയിൽ ഇടയം ഗ്രാമത്തിൽ ജനനം .

അമ്മ : ലതിക അച്ഛൻ :ശശിധരൻ , ഒരനുജത്തി :ശാന്തി

ഇരുപത്തിമൂന്ന് വയസ്സോടെ പ്രവാസം .

ഭാര്യക്കും മകൾക്കും ഒപ്പം അത് ഇപ്പോഴും തുടരുന്നു .

ഭാര്യ : ഗ്രീഷ്മ സജീവ്

മകൾ : നിയ സജീവ്

contact:

മുല്ലക്കൽ വീട്
ഇടയം ,പെരുമണ്ണൂർ (പി .ഓ) 691545
കൊല്ലം , കേരളം
sajeevkumar.sajeevkumar@gmail.com

പുസ്തകങ്ങൾ :

എനിക്ക് സന്തോഷം(കഥകൾ)
ജിയാരാ (നോവെല്ല)
ഊരുകാട് (നോവൽ)
എഴുത്തൻ (നോവൽ)

ഈ പുസ്തകം എന്റെ മുൻതലമുറകൾക്ക് ഞാൻ സമർപ്പിക്കുന്നു .

ഇലവുംമൂട് പണിക്കന്മാർ എന്ന തലമുറയ്ക്ക് .

ഇവരാണ് ആ തലമുറയിലെ എനിക്ക് അറിവുള്ള ദമ്പതികൾ

കണ്ഠ - കുഞ്ചാളി കുറുമ്പ
നാണു - പാർവതി
ഭാസ്കരൻ - പങ്കജാക്ഷി
ശശിധരൻ - ലതിക

ഇപ്പൊ ഞാനും എന്റെ സഹധർമ്മണിയും
സജീവ് കുമാർ - ഗ്രീഷ്മ

ഇവർക്കും മുന്നേ മറഞ്ഞുപോയവരേയും
കുടുംബത്തിലെ മറ്റുള്ളവരേയും ഈ സന്ദർഭത്തിൽ
ഞാൻ സ്മരിക്കുന്നു.

ഈ ആ പുസ്തകം എല്ലാവർക്കുമായി സമർപ്പിക്കുന്നു .

സജീവ്കുമാർ ശശിധരൻ

ഉള്ളടക്കം

മുഖവുര

ഒരു ഗ്രാമവും അതിനെ ചുറ്റി വേരുകൾപോലെ പിണഞ്ഞുകിടക്കുന്ന ഒരുകൂട്ടം ആൾക്കാരും . അവർ ആരാണ് ? അവിടെ എന്താണ് നടക്കുന്നത് ? അവിടെ എന്ത് നടക്കും . എന്നതാണ് ഊരുകാട് വിവരിക്കുന്നത് .

ഊരുകാട് നിങ്ങൾക്ക് ഓരോ നിമിഷവും വായനയുടെ ഒരു പുതിയ ലോകം കാട്ടിത്തെരുന്നു .

എഴുത്തുകാരന് ആശംസകൾ നേരുന്നു .

വായിക്കുക , ആസ്വദിക്കുക.

ഗ്രീഷ്മ സജീവ്

കൊല്ലം

ആമുഖം

എഴുതാൻ ഏറ്റവും മടിയുള്ള ഒരാളാണ് ഞാൻ , അങ്ങനെ മടിയുള്ള ഞാൻ എഴുതിയ കഥകളിലെ ഒന്നാണ് ഊരുകാട് . എഴുതിയാൽ അത് സ്വയം ഇഷ്ടപ്പെടണം . അങ്ങനെ എനിക്ക് ഇഷ്ടപ്പെട്ടതിൽ ഒന്നാണ് ഊരുകാട് . ഇത് സമൂഹത്തിൽ ആരേയും വേദനിപ്പിക്കാനോ വിഷമിപ്പിക്കാനോ എഴുതിയതല്ല . ഒരു ഗ്രാമത്തിൽ ജീവിക്കുന്ന ഒരുകൂട്ടം ജനങ്ങൾ അവരാണ് ഈ കഥയിലെ വിഷയം .

വായിക്കുക അഭിപ്രായങ്ങൾ അറിയിക്കുക

SAJEEVKUMAR SASIDHARAN

MULLACKAL VEEDU ,EDAYAM ,

PERUMANNOOR(PO) 691545 KOLLAM , KERALA

(sajeevkumar.sajeevkumar@gmail.com)

Date

29-02-2024

ഭാഗം: ഒന്ന്

പുതിയ തുടക്കം

മാറാലകൾ വകഞ്ഞുമാറ്റി അയാൾ നടക്കുകയായിരുന്നു . ആ പഴയ വീടിന് വില കുറവായത് എന്തുകൊണ്ടാണെന്ന് അടുത്തുള്ള പലരിൽ നിന്നും മനസ്സിലാക്കിയിരുന്നു . എന്നിട്ടും വാങ്ങാതിരിക്കാൻ കഴിഞ്ഞില്ല, വേറെ മാർഗ്ഗങ്ങൾ ഇല്ലായിരുന്നു . വാടക നൽകി ഒരു അഥിതിയെ പോലെ ജീവിക്കാൻ ഒരു മടി .

പിന്നെ സ്വന്തമെന്നു പറയാൻ ആരുമില്ലല്ലോ . എന്നും ഏകാകിയായ തനിക്ക് മറ്റെന്ത് പ്രശ്നമാണ് ഇനിയും വരാനുള്ളത് .

കോളേജ് പഠനംവരെ ഓർഫനേജുകാരുടെ തണലിൽ , പിന്നെ പുറത്തേക്ക് . മകനെ പോലെ കാണാൻ ഇപ്പൊ ആരുമില്ല ഫാദർ കാട്ടിൽ ജോസഫ് വെള്ളി വെളിച്ചത്തിലേക്ക് മറഞ്ഞു . ഏക ആശ്വാസമായിരുന്നു . പിന്നെ ഈ ഇരുണ്ട നിറമുള്ള ഗ്രാമത്തിൽ ഒരു ജോലിക്കാരനായി വന്നപ്പോൾ ; ഇഷ്ടപ്പെട്ടു , സമാധാനം മാത്രമുള്ള ഒരിടം അതാണ് തോന്നിയത് . ഫാദർ കാട്ടിൽ ജോസഫ്, അദ്ദേഹമാണ് ഇങ്ങോട്ട് വഴികാട്ടിയായത് . കാട്ടിൽ പറമ്പ് വീടും ഊരുകാട് എന്ന ഈ ഗ്രാമവും അദ്ദേഹത്തിന് സ്വന്തം .

പണ്ട് ഊരുകാട് എന്ന ഈ ഗ്രാമവിശേഷങ്ങൾ വാതോരാതെ ഫാദറുപറയുമായിരുന്നു. എന്നും കൗതുകമായിരുന്നു ഈ ഗ്രാമം .

അച്ചടക്ക നടപടി എന്ന രീതിയിലാണ് ആൾക്കാർ ഇങ്ങോട്ടുവന്നുകൊണ്ടിരുന്നത് . എന്നാൽ ഞാൻ അത് ചോദിച്ചുവാങ്ങുകയായിരുന്നു.പക്ഷെ വരുമ്പോൾ വനം വകുപ്പിൽ നിന്നും ഒരു അധിക ചുമതല കൂടികിട്ടി . അങ്ങനെ ഞാൻ ആ നാട്ടുമ്പുറത്ത് ഒരു വനപാലകനും

ജനപാലകനുമായി ജോലി ഏറ്റെടുത്തു. ചിലപ്പോൾ രണ്ടു വകുപ്പുകളിൽ നിന്നും രണ്ട് ശമ്പളം പറ്റുന്ന ഒരേ ഒരു ഉദ്യോഗസ്ഥൻ ഞാനായിരിക്കും.

തമാശയാണ്. കിട്ടിയാൽ നന്ന്.

ഞാൻ സബ് ഇൻസ്പെക്ടർ രാമൻ ജോസഫ്.

എന്റെ പേരിന് വാലായത് ഫാദർ കാട്ടിൽ ജോസഫ് എന്ന ആ വലിയ മനുഷ്യനായിരുന്നു.

ഒരു പ്രശ്നങ്ങളുമില്ലാത്ത സ്ഥലം, കാടിനോട് ചേർന്ന് മനോഹരിയായ നദിയാൽ ചുറ്റപ്പെട്ട ഒരു സുന്ദര ഗ്രാമം.

ഇനി വേണമെങ്കിൽ മരണം വരെ ഇവിടെ കൂടാം; പകരക്കാരനായി ഒരു ഉദ്യോഗസ്ഥനും വരില്ല. അവിടെ പ്രായം ചെന്ന നാല് കോൺസ്റ്റബിളുമാരായിരുന്നും ഉണ്ടായിരുന്നത്. അതിൽ ഒരാൾ വനിതയും. എല്ലാവരും ആ നാട്ടിൽ തന്നെ ഉറച്ചു പോയവർ. രണ്ട് പേർ അവിടുത്തുകാര് തന്നെയായിരുന്നു.

ഫോറെസ്റ്റ് ഓഫീസിലും ഇതുപോലെ തന്നെ, പക്ഷെ അതിൽ മൂന്നും വനിതകളായിരുന്നു, എല്ലാം പ്രായം ചെന്നവർ.

ഓഫീസുകൾ അടുത്തടുത്തായതിനാൽ ബുദ്ധിമുട്ട് ഉണ്ടായിരുന്നില്ല.

അങ്ങനെ പതിയെ പതിയെ എല്ലാവരുമായി നല്ല അടുപ്പത്തിലായി.

കുറച്ചു ദിവസം ഓഫീസിൽ തന്നെ താമസം ; പിന്നെ കോൺസ്റ്റബിൾ പുരുഷൻ ഒരു വാടക വീട് തരപ്പെടുത്തി. അതിന് പരിസരത്ത് മറ്റ് വീടുകളൊന്നും ഉണ്ടായിരുന്നില്ല .

ഏകാന്തത " ഹോ "

ഒരു വീട് സ്വന്തമാക്കാനുള്ള മോഹം ഉള്ളിൽ കലശലായി . ഒടുവിൽ പുരുഷൻ തന്നെ അതും ഏറ്റെടുത്തു .

ഒരു രണ്ട് ആഴ്ച കഴിഞ്ഞു കാണണം .

പുരുഷൻ വാക്കുപാലിച്ചു .

അങ്ങനെ ഉടമയെ കണ്ടു .

ഒരു പടു വൃദ്ധ , എത്ര പ്രായമുണ്ടാവും ? അറിയില്ല , പുരുഷനും അറിയില്ല ,

അവർക്ക് എന്ത് പറഞ്ഞാലും ഒരു നൂറിന് മേലെ പ്രായമുണ്ടാവും .

ഞങ്ങൾ പറഞ്ഞതൊന്നും അവർ കേട്ടതായി തോന്നിയില്ല . കുറച്ചുനേരം അവർ അങ്ങനെ തന്നെ നിന്നു . പിന്നെ അകത്തേക്കുപോയി , ഇരിക്കാനോ കുടിക്കാനോ അങ്ങനെയുള്ള ഒരു ചോദ്യവുമുണ്ടായില്ല, അതുകൊണ്ട് ഉത്തരങ്ങളും .

കുറച്ചുനേരം ഞങ്ങൾ നിന്നു. പിന്നെ ചാരി നിന്നു. അവസാനം അവിടെ ഒഴിഞ്ഞുകിടന്ന കസേരകളിൽ ഇപ്പുറപ്പിച്ച ആ നേരം തന്നെ അവർ തിരികെ വന്നു.

വീണ്ടും എഴുന്നേറ്റുനിന്ന എന്റെ കൈപിടിച്ച് അവർ വലിയ ഒരു താക്കോൽക്കൂട്ടം തിരുകി വച്ചു.

"വീടൊക്കെ വൃത്തികേടായിരിക്കും . അടിച്ചുവാരി ഇന്ന് തന്നെ അങ്ങോട്ട് മാറിക്കോ,

പിന്നെ നാളെ മൂന്നുമണിക്ക് ഇങ്ങുവരണം , ഒറ്റയ്ക്ക് മതി . മനസ്സിലായല്ലോ ."

അതും പറഞ്ഞിട്ട് പുരുഷന് ഒരു പൊതികൊടുത്തു.

പിന്നെ തറപ്പിച്ചു ഒന്ന് നോക്കി അകത്തേക്ക് പോയി.

പുരുഷൻ അത് തുറന്നു ; അതിൽ ഒരു പിടി ചുരുണ്ട നോട്ടുകളായിരുന്നു . അവിടെ നിന്നും റോഡിലേക്ക് ഇറങ്ങുമ്പോൾ അയാൾ അതെണ്ണിക്കൊണ്ട് പറഞ്ഞു.

"ആദ്യമായിട്ടായിരിക്കും ഈ തള്ള ആർക്കെങ്കിലും കാശ് കൊടുക്കുന്നത് "

"താൻ ചോദിച്ചിരുന്നോ ?"

"ഞാനോ? ഏയ് ഇല്ല , പിന്നെ തന്നപ്പൊ എന്താണെന്ന് അറിയാൻ ഒരു ഒരു ഇത്,അങ്ങനെ അങ്ങ് വാങ്ങിയതാ സാറേ ... പിന്നെ ഇതും പറഞ്ഞു സാറ് കാശൊന്നും തരല്ലേ , ഒരു ഉപകാരം അത്രേ ഉള്ളൂ . സാറ് പെട്ടന്ന് വാ നേരം ഇരുട്ടുന്ന മുൻപ് വീടൊക്കെ അടിച്ചുവാരണം . ഒരു രണ്ട് പേരെ ഞാൻ ഏർപ്പാടാക്കി തരാം "

അയാൾ ഇതും പറഞ്ഞുകൊണ്ട് ജീപ്പിന് അടുത്തേക്കുള്ള വേഗം കൂട്ടി.

ഒരു പഴയ പള്ളി ഏത് സഭക്കാരുടെ എന്നൊന്നും ആർക്കും അറിയില്ല,വളരെ പഴയതായിരുന്നു , അവിടെ നിന്നും കുറച്ചുമാറിയാണ് ആ വീട്. വീട് അല്ല ഭീമാകാരമായ വീട് (അങ്ങനെ തന്നെ പറയണം) ഒരു ഭീമാകാരമായ വീട്.

ഞാൻ അറിയാതെ വാപൊളിച്ചു നിന്നു .

എത്ര വലിയ വീട് !

ഈ വിലയ്ക്ക് ,

എ(ങ്ങനെ ?

ഞാൻ ചോദ്യഭാവത്തതിൽ പുരുഷനെ നോക്കി.

"സാറ് പേടിക്കണ്ട ഞാൻ അന്ന് പറഞ്ഞ വിലതന്നെ ?
പിന്നെ എഴുത്തുകുത്തൊക്കെ   അച്ചനേ അറിയൂ .
പള്ളീല് പോണം "

"അപ്പൊ ഇത് പള്ളിവകയാണോ ? " ഞാൻ ചോദിച്ചു .

"ആണെന്നും പറയാം അല്ലെന്നും പറയാം ?"

" അത് എന്ത് കാലാവസ്ഥ പോലെ , പിന്നെ വല്ല
കുഴപ്പോം ഉണ്ടാവുമോടോ ? "

"ഒരു കുഴപ്പോം ഇല്ല സാറു പേടിക്കാതെ ഇങ്ങോട്ടു
വന്നെ ... ചുമ്മാ ..."

"അപ്പൊ പുരുഷാ നമ്മളിപ്പൊ കണ്ടവരോ ? നാളെ
വരാനല്ലേ അവരും പറഞ്ഞത് ."

"സാറേ ഞാനൊരു സത്യം പറയട്ടെ എനിക്കും ഒന്നും അറിയില്ല , അച്ചനോടാ ഞാൻ എല്ലാം പറഞ്ഞത് .

അപ്പൊ അച്ചൻ പറഞ്ഞു അവരെ ചെന്നുകണ്ടാമതി . എല്ലാം അച്ചൻ നോക്കിക്കോളുമെന്ന് "

"ഇതിപ്പോ എന്താ പുരുഷാ ? ഇതിന് ഉടമസ്ഥരില്ലേ "

"സാറ് ഒന്നും നോക്കണ്ട നാളെ അവരെ പോയി കാണ് , ചെല്ലാൻ പറഞ്ഞേക്കുവല്ലേ ? ദാ .. താക്കോലും അവര് തന്നു , നമ്മള് പത്തുപൈസ കൊടുത്തിട്ടില്ല . പിന്നെന്താ ? ഒന്നുമില്ലേലും നമ്മള് പൊലീസുകാരല്ലേ , പോരാത്തതിന് സാറ് വനത്തിലും കൂടിയുണ്ട് പിന്നെ എന്ത് നോക്കാനാ സാറേ ? വാതില് തുറന്ന് അങ്ങോട്ട് കയറ് സാറേ "

സംഗതി ശരിയാണ് , ഞാനെന്തിന് ഭയക്കണം.

ഞാൻ താക്കോലുമായി വാതിലിന് മുന്നിലേക്ക് നടന്നു . അപ്പോഴേക്കും പുരുഷൻ പറഞ്ഞ രണ്ട് സഹായികളുംഎത്തിയിരുന്നു .

ഞാൻ അങ്ങോട്ട് നോക്കി ; അവർ ഇത്തിരി ഭയത്തോടെയും ബഹുമാനത്തോടെയും മുറ്റത്തുനിന്ന് പുഞ്ചിരിച്ചു . ഞാൻ പതിയെ തിരിഞ്ഞു , താക്കോൽ അവർക്ക് നേരെ നീട്ടി .

"സാറല്ലേ ആദ്യമായ് കയറേണ്ടത്, ഒന്നും നോക്കണ്ട തുറന്ന് അങ്ങോട്ട് കയറ് സാറേ "

പുരുഷ വാക്കുകളിൽ ഒന്ന് പതറിയെങ്കിലും , ഒരു പുഞ്ചിരി വരുത്തി ഞാൻ ആ പഴയ പഴുതിലേക്ക് താക്കോൽ കടത്തി .

ആ വിചിത്രമായ പൂട്ടിൽ നിന്നും സംഗീതം ഉച്ചത്തിൽ കേട്ടു . പിന്നെ ഒരു പാളി പോലെ തോന്നിച്ച ആ കതക് കര കര ശബ്ദത്തോടെ രണ്ട് വശത്തേക്ക് തുറന്നു.

ഞാൻ ഭയന്ന മുഖം പുറത്തുകാട്ടാതെ പുറകോട്ട് നോക്കി .

സഹായികളിൽ ഒരാൾ നിലത്ത് കിടപ്പുണ്ട് .

"ഏയ് ... സാറുമ്മാര് പേടിക്കണ്ട , പേടിക്കയേ വേണ്ട ; അവൻ അങ്ങനെയാ ... കുറച്ചു വെള്ളം തളിച്ചാലങ്ങു ശരിയായിക്കോളും. ഇതു ഇപ്പൊ ശരിയാക്കിത്തരാം "

ഇതും പറഞ്ഞുകൊണ്ട് കൂടെ ഉണ്ടായിരുന്നവൻ വീടിന് പിന്നിലേക്ക് ഓടിപ്പോയി .

ഒരു പൊട്ടിപൊളിഞ്ഞ പത്രത്തിൽ വെള്ളവുമായി അതേ വേഗത്തിൽ തിരിച്ചും വന്നു

പറഞ്ഞത് ശരിയായിരുന്നു . വെള്ളം കുടഞ്ഞതും അയാൾ ഉണർന്നു . പിന്നെ ഞങ്ങളെ നോക്കി ഒരു ചമ്മിയ ചിരിയങ്ങു മുഖത്തുണ്ടാക്കി വെച്ചു .

"പേടിയുണ്ടെങ്കിൽ അകത്തേക്ക് വരണ്ട "

ഞാൻ അയാളുടെ അടുത്തേക്ക് ചെന്ന് പറഞ്ഞു .

"അതല്ല സാർ ; എനിക്ക് ഇങ്ങനെ പെട്ടന്ന് ഓരോന്നൊക്കെ കേൾക്കുമ്പോൾ തല ചുറ്റും പണ്ടേ ഉള്ളതാ "

"ഓാ .... അത് ശരി "

"എങ്കി.. വാ .. എല്ലാരും ഒരുമിച്ച് അകത്തേക്ക് പോകാം പേടിച്ചിനി ആരടേം ബോധം പോണ്ട "

ഞങ്ങൾ അകത്തേക്ക് നടന്നു .

എങ്ങും തളം കെട്ടിയ നിശബ്ദത .

അരണ്ട വെളിച്ചത്തെ വകഞ്ഞുമാറ്റി പുരുഷൻ ജാലകത്തുണി നീക്കിവെച്ചു. കൊട്ടാരസദൃശ്യമായതും പഴയ പാശ്ചാത്യ രീതിയിൽ ഉള്ളതുമായ ഒരു വലിയ മുറി .

ഞാൻ ചുറ്റുപാടും കണ്ണോടിച്ചു . അവിടെ കസേരകളല്ല എല്ലാം സിംഹാസനങ്ങളായിരുന്നു ഉണ്ടായിരുന്നത് . കൊത്തുപണികളാൽ സമ്പുഷ്ടമായ ഒരു മുറി ഒരു വലിയ മുറി .

എല്ലാവരും കണ്ണുന്തി നിൽക്കുയാണ് ....

എവിടെയും പൊടി നിറഞ്ഞു കവിഞ്ഞിരുന്നു , ഞാൻ അലർജി എന്ന വാക്കിനുവരെ തുമ്മിപോകുന്ന മനുഷ്യനും, എന്റെ കണ്ണുകൾ ചുവന്നുതുടുത്തതുകണ്ട്

"സാറു പുറത്തേക്ക് പൊക്കോ , ഇവടൊക്കെ അപ്പിടി പൊടിയാ ; ഞാൻ സഹായത്തിന് കുറച്ചുപേരേക്കൂടി വിളിച്ചിട്ട് വരാം "

പണിക്ക് വന്ന ഒരിത്തിരി പ്രായമുള്ള ആൾ പറഞ്ഞു .

ഞാൻ ഒരു ചിരി വരുത്തി പുറത്തേക്ക് നടന്നു.

"സാർ.. പുറത്തൊക്കെ ഒന്ന് ചുറ്റിക്കാണ് ? "

ഞാൻ തിരിഞ്ഞു നോക്കി ?

പുരുഷനാണ് ...

ഞാൻ വീണ്ടും പുഞ്ചിരി വരുത്തി പുറത്തേക്ക് നടന്നു .

പോയവർ ഏതാനും മണിക്കുറുകൾ കഴിഞ്ഞു പുറത്തേക്കുവന്നു. പുരുഷൻ പറഞ്ഞതനുസരിച്ച ഞാൻ പുറത്ത് ചുറ്റിക്കെറങ്ങി, അപ്പോഴാണ് ആ വീട് ഞാൻ ശരിക്ക് കാണുന്നത് . മുന്നിൽ നിന്ന് കാണുന്നതിലും വളരെ വലുതായിരുന്നു ,ആ ഭവനം, പണ്ടെപ്പോഴോ ഇങ്ങനെയൊന്ന് ഞാൻ ആഗ്രഹിച്ചിരുന്നു.

മനസ്സിൽ ആ സ്ത്രീയോട് നന്ദി പറഞ്ഞുകൊണ്ട് ഞാൻ എന്റെ ചുറ്റൽ തുടർന്നു . ആ ഭവനത്തിനുപുറകിൽ കാടിന് തുടക്കമാണെന്ന് തോന്നി , അത്ര വലിയ മരങ്ങൾ ഒരു കൂസലും കൂടാതെ ഉയർന്ന് നിൽക്കുന്നു . അങ്ങ് ഉള്ളിലെവിടയോ ഏതോ കാട്ടുപക്ഷിയുടെ ശബ്ദം മുഴങ്ങി .

ഭാഗം: രണ്ട്

മറ്റൊരിടം

" വീട് പഴയതാ, ഒന്നുമിനിക്കിയാൽ, അടിപൊളി വിലയും അത്ര പ്രശ്നമല്ല കുറവാ, എന്താ സാറേ, നോക്കുന്നോ?"

പുരുഷുവിന്റെ നീട്ടിയുള്ള ചോദ്യം കേട്ട് ഞാൻ ഒന്ന് ചിരിച്ചു .

ഞാൻ ഹരികുമാർ, അമ്മ ഒന്ന് നീട്ടി ഹരികുട്ടാ എന്നുവിളിക്കും, നാട്ടുകാർ ദുബായിക്കാരൻ ഹരി എന്നൊക്കെ , ഒറ്റത്തടിയായ എനിക്ക് അമ്മയും ഒരു അനുജത്തിയുമാണ് ഉള്ളത്. അവളെ കാണാൻ കിട്ടില്ല , അമേരിക്കയിൽ കുടുംബസമേധം . അത്യാവശ്യം കാശുള്ള ,നല്ല സമ്പാദ്യവുമുള്ള ഒരാളാണ് ഞാൻ .

പുരുഷു സ്ഥലത്തെ പ്രധാന ബ്രോക്കറാണ് .

ഞാൻ മാസങ്ങൾക്ക് ശേഷം തിരിച്ചുവന്നത് അറിഞ്ഞുവന്നതാണ്.

പഴയ സാധനങ്ങളോട് എനിക്കുള്ള കമ്പം അയാൾക്ക് നന്നായി അറിയാം .

"ആ ... ഇനിയും വീട് വാങ്ങാനുള്ള പുറപ്പാടാണോ നീ "

അകത്ത് നിന്ന് അമ്മയുടെ നീട്ടിയുള്ള ചോദ്യം

"എങ്ങനെ ഒതുങ്ങി കിട്ടുമ്പോ വേണ്ടാന്ന് വെക്കണോ അമ്മാ ...? "

അകത്തേക്ക് നോക്കി പുരുഷു ഉറക്കെ പറഞ്ഞു .

"ആ നീയാണ്, അവനെ ഓരോന്ന് കൂട്ടികൊടുക്കുന്നത്, ഇത് ഇപ്പൊ നാലാമത്തെ വീടാ, അവനാണെ ഒരു പെണ്ണുകൂടി കെട്ടിയിട്ടില്ല. ആ ശരി നടക്കട്ടെ എല്ലാവർക്കും ഇങ്ങനെ ഭാഗ്യം കിട്ടില്ലല്ലോ , അവൻ ഒന്നും നശിപ്പിക്കത്തുമില്ല "

അകത്ത് ഞാൻ വന്നതിനോട് അനുബന്ധിച്ച് 'അമ്മ ' പൊടിച്ച ജോലിയിലാണ് .

പുരുഷുവിന്റെ മുഖം തെളിഞ്ഞു .

പുരുഷു വാചാലനാവാനുള്ള പുറപ്പാടാണെന്ന് തോന്നിക്കുന്ന വിധത്തിൽ ഒരു ഗ്ലാസ് വെള്ളം ഒറ്റ വലിക്ക് കുടിച്ചുതീർത്തു .

ഞാൻ ചിരിച്ചു .

" ശരി, തുടങ്ങിക്കോളൂ ..."

പുരുഷു വാചാലനായി

"നമ്മുടെ മട്ടത്ത് മുക്ക്, അറിയാല്ലോ?"

ഞാൻ

"മട്ടത്ത് മുക്കോ, അത് ദൂരെ അല്ലെ?"

"ആ കൊള്ളാം, ഉവ്വ്, മറന്നുപോയോ? അത്ര ദൂരമൊന്നുമല്ല , കഴിഞ്ഞ പ്രാവിശ്യം വന്ന് അഞ്ചേക്കർ വാങ്ങി ഇട്ടിട്ടു പോയത്, പിന്നെ അത് നോക്കാൻ അടുത്ത ഒരാളെ ഏൽപ്പിച്ചതും, എല്ലാം മറന്ന് പോയോ"

"ഇല്ല, മറന്നിട്ടില്ല "

ഞാൻ പറഞ്ഞു .

" ഉം, അതിനും മുൻപ് വാങ്ങിയ മൂന്ന് ഏക്കറും ചേർത്തു അവിടെ ഇപ്പൊ എട്ട് ഏക്കറും ഒരു വീടും ഉണ്ട്, ഇനിയെങ്കിലും അതൊക്കെ ഒന്നുവന്ന് നോക്കണം, അതല്ലെങ്കിൽ ഞാൻ ഇപ്പൊ ഈ പറയുന്ന വീടും കൂടെകിടക്കുന്ന ഒരു നാല് അഞ്ചേക്കറും വാങ്ങി ഇപ്പൊ ഉള്ളതിൽ ചേർക്കണം, എന്നിട്ട് ഒരു എസ്റ്റേറ്റ് ആക്കി ഒരു മാനേജരേയും അങ്ങോട്ട് വെക്കണം "

ശരി , നമുക്ക് ആലോചിക്കാം , ഞാൻ പറഞ്ഞു .

" ആലോചിച്ചാൽ പോര, ചെയ്യണം "

പുരുഷു വീണ്ടും പറഞ്ഞു .

"   ശരി,   വീടിനെക്കുറിച്ചുപറയൂ,   ഫോട്ടോ
വല്ലതുമുണ്ടോ? "

"ഉണ്ട് , ഫോട്ടോ ഉണ്ട് "

പുരുഷു തന്റെ കൈയ്യിലെ കറുത്ത ബാഗ് തുറന്ന്
പത്തോളം ഫോട്ടോകൾ എന്റെ മുന്നിൽ നിരത്തി

ഞാൻ അവ കൈയ്യിലെടുത്തു.

അയാൾ തുടർന്നു ,

" നല്ല ഉഗ്രൻ വീട് , നല്ല വെട്ടം വെളിച്ചം , പണ്ട്
ബ്രിട്ടിഷുകാര് പണിതതാന്നാ നാട്ടുകാര് പറയുന്നത് .
ഇപ്പൊ വർഷങ്ങളായി ആൾത്താമസമില്ല "

"വല്ല കാട്ടിലുമാണോ ? വഴി വല്ലോമുണ്ടോ ?"

ഞാൻ ചോദിച്ചു .

" ഉണ്ട് , വഴിയുണ്ട് , ആപ്പ ഊപ്പ വഴിയല്ല , നല്ല
പൊളപ്പൻ റോഡ് , നല്ല ടാറിട്ടത് . , പക്ഷേ റോഡിലൂടെ
പോകുന്നവർക്ക് വീട് കാണാൻ പറ്റൂല ,ഒരു പത്ത്
മുന്നൂറ് മീറ്റർ അകത്താ . മുമ്പിലൊക്കെ കൊറേ മരോം,
പിന്നെ വീട്ടിന് മുന്നിൽ ഒരു പെണ്ണിന്റെ പ്രതിമയൊക്കെ
ഉണ്ട് , അതിന് വട്ടം കല്ല് കൊണ്ട് ഒരു കൊളം പോലെ
കെട്ടിയിട്ടുണ്ട് .മീൻ വളർത്താൻ കൊള്ളായിരിക്കും "

" ഇത്, മൊത്തം എത്ര ഉണ്ട്? വീടും ചുറ്റുപാടും
ചേർന്ന് ?"

" അത് മൊത്തം ഒരു രണ്ടു വരും, നമ്മള് മുൻപ്
വാങ്ങിയ വസ്തുവില്ലേ അതിന് അതിർത്തിയിൽ ഒരു
ഭിത്തിയില്ലേ വലുത്, അത് ഈ വസ്തുവിലെ ഭിത്തിയാ,
പിന്നെ ചുളിവിൽ ഇതിന് പുറകോട്ട് ഒരു ആറ് ഏക്കർ

നീണ്ട് കിടപ്പോണ്ട് വലിയ ചുറ്റുമതിലുള്ളത്. അതും കൊടുക്കനൊ, ഒരു കുഴപ്പമുള്ളത് അതിന് ഇടയിലൂടെ ഒരു വെള്ളമുഴുകുന്ന തോട് ഉണ്ട് ,അത്ര വലുതല്ല , ആ ഭാഗം ഒരു കോണിലാ അവിടെ കൽപടവും ഒരു ചെറിയ ഔട്ട് ഹൗസും ഉണ്ട് . അടിപൊളിയാ . പിന്നെ വീണ്ടും ഒരു കൊഴപ്പം എന്താന്നുവെച്ചാ ഇത് കാട്ടിലോട്ടാ തുറന്നു കിടക്കുന്നെ അത് അടക്കണം ഒരു ഗേറ്റ് വെച്ചാ മതി , പിന്നെ ആ തോടുവഴി കുറച്ചു നടന്നാ കാട്ടിന് നടുക്കുള്ള ഒരു സ്ഥലമുണ്ട്,ആൾക്കാരൊക്കെ താമസിക്കുന്ന സ്ഥലം"

"കാട്ടിന് നടുക്ക് സ്ഥലമോ?"

" അതെ, ഞാൻ കുറച്ചുനാള് മുൻപ് അവിടെ ഒരു കച്ചവടം നടത്തിയാരുന്നു, സത്യം പറഞ്ഞാ ഞാൻ അവിടുത്തുകാരനാ, അവിടെ എല്ലാരും എന്നെ വിളിക്കുന്നെ പുരുഷുന്നല്ല, പുരുഷൻ എന്നാ, അതാ എന്റെ പേരും, ഈ തോടിന് കുറച്ചു മുൻപോട്ടു പോയി വീതികൂടും അകത്തുനിന്ന് റേറെ ഒരു തോട് കൂടി ചേരും, പിന്നെ ഞങ്ങടെ സ്ഥലത്തിന് ചുറ്റുമായി ഇത് കറങ്ങിനിക്കും അവിടെ ഞങ്ങള് വലിയ തോടിനെ 'അമ്മിണിചേല' എന്നാ വിളിക്കുന്നെ,ഒരിക്കലും വറ്റാത്ത തോട് "

പുരുഷു , അല്ല ... പുരുഷൻ

പറഞ്ഞു നിർത്തി , ഞാൻ ചിരിച്ചു .

" പുരുഷു ,അല്ല പുരുഷൻ കൊള്ളാലോ , അമ്മിണി ചേല നല്ല പേര് , സംഭവം കൊള്ളാം കേൾക്കാൻ ഒരു സുഖമുണ്ട് , നാളെ നല്ല ദിവസമാ പോയി കാണാം , ഒത്താൽ അങ്ങ് എടുക്കാം എന്താ "

" ഒറപ്പായി ഇഷ്ടപെടും , നമുക്ക് അത് എടുക്കണം "

പുരുഷൻ സന്തോഷവാനായി .

"പുരുഷൻ, നിങ്ങടെ സ്ഥലപ്പേരുപറഞ്ഞില്ല , മൊത്തത്തിൽ കേൾക്കുമ്പോൾ ഒരു രസമുണ്ട് , മൊത്തത്തിൽ ഒന്ന് പറഞ്ഞെ ? അതുപോലെ എന്താ ഈ പേര് വന്നേ , അമ്മിണി ചേല "

ഞാൻ ആകാംഷയോടെ ചോദിച്ചു .

ഇതുകണ്ട് പുരുഷൻ കൂടുതൽ ഉഷാറായി .

തുടങ്ങി ..

" ഞങ്ങടെ സ്ഥലപ്പേര് : ഊരുകാട് "

" ഊരുകാട് , പേരുകൊള്ളാമല്ലോ, പറഞ്ഞോ കേൾക്കട്ടെ , എനിക്ക് ഇങ്ങനെ ഉള്ള കാര്യങ്ങളൊക്കെ അറിയാൻ നല്ല താൽപര്യമാണ് "

ഞാൻ പറഞ്ഞു .

പുരുഷൻ തുടർന്നു .

" വലിയ ഒരു സ്ഥലമൊന്നുമല്ല. ഒരു പത്ത് പതിനെട്ട് കുടുംബങ്ങള് കാണും ,മൊത്തം കൂട്ടിയാൽ ഒരു നൂറ് പേര് , പക്ഷേ അവിടെ ഒരു പോലീസ് സ്റ്റേഷൻ ഉണ്ട് , അകത്തോട്ട് പോയാ ഫോറസ്റ്റ് ഓഫീസ് ഉണ്ട് , ഒരു ചെറിയ ക്ലിനിക് ഉണ്ട്, രണ്ട് മൂന്ന് ചെറിയ കടകൾ ,ഒരു സ്കൂൾ അങ്ങനെ അത്യാവശ്യം വേണ്ട എല്ലാമുണ്ട് , ഒരേ ഒരുകാര്യം പുതിയ ആൾക്കാരെ അവിടെ അടുപ്പിക്കില്ല . അവിടെ ഉള്ളവർ എങ്ങും പോകത്തുമില്ല ,ആകപ്പാടെ ഇതുവരെ മൂന്നോ നാലോ ആൾക്കാര് വന്നിട്ടുണ്ട് ,അത് ഈ ഗവൺമെൻറ് ഓഫീസിലൊക്കെ സ്ഥലം മാറി വരുന്നവരില്ലേ , പിന്നെ ഇവിടെ ഉള്ളവർ വല്ല ജോലി ആവിശ്യമായ കാര്യത്തിന് പോയാലോ ദേ പോയി ദാ വന്നു എന്ന കണക്കാ ... പെട്ടന്ന് തിരിച്ചുവരും ,

പിന്നെ കല്യാണം പോലും പുറത്ത് നിന്നും അങ്ങോട്ട് വരത്തില്ല,ഞങ്ങൾ പുറത്തുപോയി കെട്ടത്തുമില്ല , വരുന്നവർക്കൊക്കൊന്നും ഇവിടം അങ്ങോട്ട് ദഹിക്കത്തില്ലന്ന് തോന്നുന്നു , പക്ഷേ ഞങ്ങൾ ഞങ്ങളുടെ സന്തോഷമായിട്ട് അങ്ങനെ കഴിയുന്നു ."

" അതുകൊള്ളാല്ലോ ,കുറച്ചുമുന്നേ അല്ലെ ,അവിടെ കച്ചവടം നടത്തീന്ന് പറഞ്ഞത് "

ഞാൻ ചോദിച്ചു .

" അതെ നടന്നു , ഒരു വീട് , അവിടെ പുതുതായി ഒരു പോലീസ് ഓഫീസർ വന്നു , അയാൾക്കാ ; പുള്ളിക്ക് തന്നാ ഫോറെസ്റ്റ് ചാർജ് . "

രണ്ടും ഒരാൾക്കോ ?

ഞാൻ ചോദിച്ചു .

അതെ ,

പുരുഷൻ തുടർന്നു .

" അമ്മിണി അക്കയുടെ പഴയ വീടാ , അത് പള്ളിവക സ്ഥലത്തിന് അടുത്തായതുകൊണ്ട് ,പള്ളിക്കാര നോക്കിയിരുന്നത് . കൂടുതലൊന്നും എനിക്കറിയില്ല ,അവർ ഒരു കിടിലോൾ കിടിലമാ , അതുകൊണ്ട് അവരുടെ ഒരു വക കാര്യങ്ങളും എനിക്ക് അറിയില്ല , ചോദിക്കാനും ഒക്കുകേല. വീട് കൊടുക്കാനാ, ആളെകൊടുക്കാൻ പള്ളി പറഞ്ഞു . പുതുതായി വന്ന പോലീസുകാരനോട് ചോദിക്കാൻ പറഞ്ഞു . ഞാൻ ചോദിച്ചു , അയാള് അത് കേൾക്കാൻ നോക്കിയിരുന്നപോലെ ആയിരുന്നു , വീടുകോണുന്നതിന് മുൻപ് വാക്കും

ഉറപ്പിച്ചു , കേറി താമസവുമായി , എനിക്ക് അമ്മിണി അക്കയുടെ അമ്മ കുറച്ചുകാശും തന്നു . അവര് ഒരാള്ക്കും ഒരു രൂപ പോലും കൊടുക്കത്തില്ല , എന്താണെന്ന് അറിയത്തില്ല ആ കാശ് കൈയ്യില് ഇരുന്നിട്ട് എനിക്ക് ഉറക്കം വന്നില്ല , പിറ്റേന്ന് ആ കാശ് നേര്ച്ചപെട്ടീലിട്ടിട്ടാ എനിക്ക് സമാധാനമായത് . "

പുരുഷന് ഒറ്റ ശ്വാസത്തില് പറഞ്ഞുനിര്ത്തി .

" എത്രക്കാ കച്ചോടം നടന്നത്?"

ഞാന് ചോദിച്ചു .

പുരുഷന് തുടര്ന്നു

" കാര്യം മനസ്സിലായി. സാറ് ഇങ്ങനെ ചോദിച്ചിട്ട് ഒരു കാര്യവുമില്ല , ഒരു സെന്റ് ഭൂമിപോലും അവിടുന്ന് ആര്ക്കും കിട്ടില്ല , പിന്നെ അയാള് , അയാള് താമസമാക്കി ശരിയാ , പക്ഷേ എഴുത്തൊന്നും നടന്നില്ലാന്നാ എനിക്ക് തോന്നുന്നത്, ആ ... എനിക്കൊന്നും അറിയാന്മേല . എന്തായാലും അയാള് അതിലാ താമസം , ഒന്ന് കേറിക്കാണണം , എന്തോ വീടാണെന്നോ , അകമൊക്കെ കൊട്ടാരമാ കൊട്ടാരം ."

"അയാള്ക്ക് കിട്ടുമെങ്കില് എനിക്കും കിട്ടും, പുരുഷന് ഒന്ന് ശ്രമിച്ചു നോക്ക് "

ഞാന് ചോദിച്ചു

" ഇല്ല, ഒരിക്കലും നടക്കില്ല, നടക്കാനും പോകുന്നില്ല, ആ പോലീസുകാരന് അവിടെ സ്ഥിരമാണെന്നാണ് എനിക്ക് തോന്നുന്നത്. അവിടെ ഒരു പത്ത് കൊല്ലത്തിനിടയില് ഒരു പുതിയ പോലീസുകാരന് വന്നതായി എനിക്ക് അറിവില്ല , ഒരു പത്തുകൊല്ലമായി ഞാന് അവിടൊണ്ട് "

" ഓഹോ , അപ്പൊ അതിനുമുമ്പേ ,എവിടായിരുന്നു ? "

ഞാൻ വീണ്ടും ചോദിച്ചു

"സത്യത്തിൽ ഞാൻ ഒരു വരുത്താനാ, എന്നുപറഞ്ഞാ, എനിക്ക് വീടും നാടും ഒന്നും ഓർമയില്ല, ഞാൻ അവിടെ ചെറുപ്പത്തിൽ ഒരു രാത്രി വന്നുപെട്ടതാ, അവിടുത്തെ പള്ളിക്ക് മുന്നിൽ രാത്രി കിടന്നുറങ്ങി . രാവിലെ ഞാൻ ഉണർന്നപ്പോ ,കട്ടിലിൽ കിടക്കുവാ ,കുറെ ആൾക്കാരും അടുത്തുണ്ട് , അവര് പറഞ്ഞു ,ഞാൻ രാത്രി പനി കൂടി വിറക്കുവാരുന്നു. അതുകൊണ്ട് എന്നെ എടുത്ത് പള്ളി വക ഒരു വീടുണ്ട് അവിടെ കിടത്തിയെന്ന് . പിന്നെ ഞാൻ അവിടെ കൂടി , അതൊരു ഒരു ... ഒരു ... ആ വർഷമൊന്നും ഓർമ്മയില്ല , ഒരുപാട് നാള് . പിന്നെ അച്ചൻ പറഞ്ഞു, കൊല്ലത്ത് കുളത്തൂപ്പുഴ എന്ന സ്ഥലമുണ്ട് അവിടെ കാടിനിടയിൽ ഒരു എസ്റ്റേറ്റ് ഉണ്ട് ,അവിടെ പോയി നിക്കാൻ , അവിടെ എന്നെ പോലെ ഒരുപാട് പേരുണ്ട് . ആർക്കും വലിയ മിണ്ടാട്ടമില്ല . തൂങ്ങി തൂങ്ങി അവിടവിടെ ഇരിക്കും, ഞാനും അങ്ങനായിരുന്നു . കഴിഞ്ഞ പ്രാവിശ്യം സാർ വന്ന സമയത്താ പിന്നെ ഞാൻ തിരിച്ചു വരുന്നത് "

പുരുഷൻ പറഞ്ഞു നിർത്തി .

" ഞാൻ വന്ന സമയത്തോ? ശരി, കുളത്തുപ്പുഴയിൽ എന്തായിരുന്നു പണി "

ഞാൻ ചോദിച്ചു .

"അവിടെ പണി.... ഒന്നുമില്ല,രാവിലെ ഏഴുന്നേൽക്കും പിന്നെ.... ആ ... അവിടെ ഒരു സ്ത്രീ ഉണ്ടായിരുന്നു, അവര് പറയുന്ന പണിയൊക്കെ എടുക്കും , പിന്നെ ഞാൻ പറഞ്ഞില്ലേ , തൂങ്ങി അങ്ങനെ ഇരിക്കും. അല്ലാതെ... അല്ലാതെ വലിയ പണികളൊന്നുമില്ല , ആ പിന്നെ ഇഷ്ടംപോലെ പശു , പന്നി ,പട്ടികൾ ,കോഴികൾ

അങ്ങനെ ഒരുപാട് ഉണ്ടായിരുന്നു. ഞങ്ങൾ താമസിച്ചിരുന്ന വലിയ വീട്ടിൽ നിന്നും കുറെ ദൂരെ മറിയായിരുന്നു ഇതിനെയൊക്കെ വളർത്തിയിരുന്നത്. ഒരിക്കൽ പോലും ഞാൻ അങ്ങോട്ട് പോയിട്ടില്ല. ദൂരെ നിന്നും ശബ്ദം കേൾക്കാം, സത്യം പറഞ്ഞാ ഞാൻ ആ വീട്ടിൽ നിന്നും എങ്ങോട്ടും പോയിട്ടില്ല .. "

പെട്ടന്ന് സംസാരം നിർത്തിയ പുരുഷൻ , എന്തോ ഓർമ്മിച്ചെടുക്കാൻ ശ്രമിക്കുന്ന പോലെ തോന്നി , അയാളുടെ മുഖം ചുളിങ്ങി കണ്ണുകൾ ഓർമ്മ തിരയന്നപോലെ തോന്നിച്ചു .

"എന്ത് പറ്റി, എന്താ ആലോചിക്കുന്നത്? "

ഞാൻ പുരുഷനോട് ചോദിച്ചു .

"ഓർമ്മ കിട്ടുന്നില്ല, ഞാൻ എത്ര നാൾ അവിടെ നിന്നു,എന്താ അവിടെ ചെയ്യ്തിരുന്നത് ? ഒന്നും ഓർമ്മ വരുന്നില്ല "

അയാളുടെ ശബ്ദത്തിൽ സങ്കടമോ നിരാശയോ ദേഷ്യമോ എനിക്ക് മനസ്സിലാക്കാൻ കഴിയാത്ത ഒരു ഭാവമായിരുന്നു .

"ആ അത് വിട് പുരുഷാ ,ഇതിനെകുറിച്ച് പറ , പുരുഷൻ പറഞ്ഞപോലെ വില ഒക്കുവാണേ ഞാൻ അതുവാങ്ങാം ,പക്ഷേ ഊര്കാട് അവിടെ ഒരു തുണ്ട് ഭൂമി എങ്കിലും എനിക്ക് വാങ്ങി തരണം , അങ്ങനെ ആണേ നമ്മക്ക് നോക്കാം ."

ഞാൻ പറഞ്ഞു .

പുരുഷു മുഖം തെളിഞ്ഞു പഴയ പ്രസരിപ്പ് വീണ്ടെടുത്തു .

"സാറ് എന്തായാലും ഇത് എടുക്ക്, നാളെ നമുക്കൊന്ന് പോയികാണാം.ഊര്കാട് ,സമയമെടുക്കും

എന്നാലും അവിടുന്ന് ഒരു തുണ്ട് ഭൂമിയെങ്കിലും ഞാൻ സാറിന് ഒപ്പിച്ചുതെരും" .

പുരുഷു ഉത്സാഹത്തോടെ പറഞ്ഞു .

അയാൾ അവിടെ നിന്നും പോകുമ്പോൾ ,ഉത്സവത്തിന് ബലൂൺ കിട്ടിയ കുട്ടിയുടെ മുഖമായിരുന്നു .

ഭാഗം : മൂന്ന്
ഒരു കൊച്ച് വിവരണം

"എന്താണ് പുരുഷൻ , ഒരു പരുങ്ങലാണെല്ലോ? എന്തേലും പറയാനുണ്ടോ ? "

അച്ഛൻ ചരിച്ചുകൊണ്ട് ചോദിച്ചു.

പുരുഷൻ തലചൊറിഞ്ഞുകൊണ്ട് നിന്നു .

" എന്താണെങ്കിലും പറഞ്ഞോളൂ " അച്ഛൻ പറഞ്ഞു.

"അല്ല അച്ഛോ, നാളെ എന്റെ ഒരു പരിചയക്കാരനെ നമ്മടെ നാടൊക്കെ കാണിക്കാൻ കൊണ്ട് വരുന്നുണ്ട്, പക്ഷെ അച്ഛൻ സമ്മതിച്ചാ മാത്രം, അപ്പറം ഒരു വലിയ വീടില്ലേ അത് കാണാനാ വരുന്നത്, അതിന്റെ കൂട്ടത്തിൽ എന്റെ നാടൊക്കെ ഒന്ന് കാണാൻ, അത്രേ ഉള്ളൂ. പക്ഷെ അച്ഛൻ സമ്മതിച്ചാ മാത്രം "

പുരുഷൻ പതുങ്ങി പതുങ്ങി പറഞ്ഞു .

" ആ ഗൾഫുകാരനാണൊ? "

"അതെ അച്ഛോ "

"നിനക്ക് ഗുണമുള്ള കാര്യമല്ലെ, പോന്നോട്ടെ "

അച്ഛൻ ചിരിച്ചുകൊണ്ട് പറഞ്ഞു.

പുരുഷൻ അമ്പരന്നു . പിന്നെ സന്തോഷത്തോടെ അച്ഛന്റെ കൈ മുത്തി . പുറത്തേക്ക് പോകുമ്പോളും പുരുഷന് അമ്പരപ്പായിരുന്നു.

അന്ന് രാത്രി ഹരിക്ക് ഉറങ്ങാൻ കഴിഞ്ഞില്ല . നാളെ വീട് കാണണം , ആ വസ്തുവും അതിന് പുറകിലുള്ള വസ്തുവും വാങ്ങണം , എന്നാലേ ഊരുകാട്ടിൽ ഒരു തുണ്ട് ഭൂമി ഒപ്പിച്ച്തെരാൻ പുരുഷന് ഒരു ഉത്സാഹമുണ്ടാവൂ .

ആ വസ്തുക്കളും കൂടി വാങ്ങി എല്ലാം ഒരുമിപ്പിച്ചു പുരുഷനെ തന്നെ നോക്കാൻ ഏൽപ്പിക്കാം , മാസം അവനൊരു വരുമാനം ,വിശ്വസിച്ചു നിർത്താൻ ഒരാളും.

പതിയെ പതിയെ ഹരി ഉറക്കത്തിലേക്ക് വഴുതി വീണു .

നേരം പുലർന്നു . എങ്ങും കിളികളുടെ ശബ്ദം , അമ്മ അടുത്തിരുന്ന് തലയിൽ തലോടിക്കൊണ്ടിരുന്നു .

ഞാൻ പുഞ്ചിരിച്ചുകൊണ്ട് ചോദിച്ചു .

    " എന്താ അമ്മാ ?"

അമ്മയും പുഞ്ചിരിച്ചു .

"നീ ഒരുപാട് വളർന്നു.നെറ്റിയൊക്കെ കയറിത്തുടങ്ങി , നിനക്ക് കല്യാണമൊന്നും വേണ്ടേ ?"

"കൊറച്ചൂകൂടി കഴിയട്ടമ്മേ " ഞാൻ പറഞ്ഞു .

    "ഹരി .. ഇപ്പൊ തന്നെ വയസ്സ് ഒരുപാട് ആയി , പിന്നെ നീ ഗൾഫിലേക്ക് പോകും ,വീണ്ടും ഇത് നീണ്ട് പോകും , ഞാൻ പറയട്ടെ , ഇപ്പൊ നമുക്ക് ഒരു പെണ്ണ് നോക്കിയാലോ , എനിക്ക് ഒരു കൂട്ടുമാകും ."

ശരിയാണ് അമ്മ ഒറ്റക്കാണ് , വർഷങ്ങളായി ,അമ്മക്ക് പ്രായമേറി വരുന്നു .

ഞാൻ അമ്മയുടെ മുഖത്തേക്ക് നോക്കി. ആ മുഖത്ത് എന്നോടുള്ള സ്നേഹം തുളുമ്പി നിൽക്കുന്നു .

"ശരി ,ഈ പ്രാവിശ്യം നമുക്ക് നോക്കാം "

    ഞാൻ പറഞ്ഞു .

"സത്യം " അമ്മക്ക് വിശ്വാസം വന്നില്ല .

"സത്യം " ഞാൻ അമ്മയുടെ കൈയിൽ കൈ ചേർത്ത് പറഞ്ഞു .

"പക്ഷേ ഒരു കാര്യം, ഭയങ്കര വീടും, കുടുംബവും ഭീകരപറിപ്പും ഒക്കെയുള്ള പത്രാസുകാരികളെ എനിക്ക് വേണ്ട. നമ്മുടെ വീടിന് ചേർന്ന കൊള്ളാവുന്ന ഒരു പെണ്ണ് .അമ്മ പോയി കണ്ട് ഇഷ്ടപ്പെട്ടിട്ടു പറ ഞാൻ പോയി കാണാം " ഞാൻ പറഞ്ഞു .

അമ്മക്ക് സന്തോഷം .

"നിനക്ക് അങ്ങ് ഗൾഫിൽ ഭാര്യയും കുട്ടിയുമൊക്കെ ഉണ്ടെന്നാ ഇവിടെ ഉള്ളവരൊക്കെ പറയുന്നത് . ഞാൻ പേടിച്ചിരിക്കുവാരുന്നു. എനിക്കറിയാം നിനക്ക് ഏത് തരം പെണ്ണിനെ ആവും ഇഷ്ടപ്പെടുന്നതെന്ന് , ഞാൻ ഒരു മൂന്ന് കുട്ടികളെ കണ്ട് വെച്ചിട്ടുണ്ട് .ഞാൻ അവരുടെ വീട്ടിലൊക്കെ ഒന്ന് പോകട്ടെ " അമ്മ പറഞ്ഞു .

" ആഹാ ,കൊള്ളാലോ , ശരി അമ്മ നോക്കിക്കോ " ഞാൻ പറഞ്ഞു .

അമ്മ എന്റെ കവിളിൽ തട്ടി ,പിന്നെ ചിരിച്ചുകൊണ്ട് അടിക്കളയിലേക്ക് പോയി .

പുറത്ത് സൈക്കൾ ബെല്ല് പല വെട്ടം ഉയർന്ന് കേട്ടു . പുരുഷനാണ് . അവൻ അമ്മയുടെ കൈയ്യിൽ നിന്നും കാപ്പിയും കുടിച്ചിട്ടേ പോകുള്ളൂ .

ഞാൻ പുറത്തേക്ക് ചെന്നു ,

പുരുഷനാണ്

വന്ന ചിരി ഞാൻ കടിച്ചമർത്തി .

" ആ പോണ്ടേ, എനിക്ക് ഇന്ന് വേറെ പണിയില്ല, ഞാൻ ഇങ്ങുപോന്നു. കാപ്പി അമ്മേടെ കൈകൊണ്ട് "

എന്നെ നോക്കിപ്പറഞ്ഞുകൊണ്ട്

പരുഷൻ അധികാരത്തോടെ അകത്തേക്ക് പോയി .

അകത്ത് അമ്മയും പുരുഷനും

" ആ നീയോ , ഹരി വരുമ്പോ മാത്രമേ നിനക്ക് ഇങ്ങോട്ടുള്ള വഴി അറിയുള്ളോ , ദാ ഇപ്പോഴേ പറഞ്ഞേക്കാം ഈ പ്രാവിശ്യം എനിക്ക് നിന്നെക്കൊണ്ട് കൊറേ കാര്യമുണ്ട് . ഇവിടെ കാണണം "

അമ്മ പറഞ്ഞു .

" ഉറപ്പായിട്ടും ഞാൻ ഇവിടെ കാണും , ഒന്ന് നീട്ടിവിളിച്ചാ മതി , പുരുഷോന്ന് , പുരുഷൻ ഹാജർ "

"ആ ഉവ്വ് ഉവ്വ് .. കണ്ടാ മതി ., നിനക്ക് കഴിക്കാൻ വേണോ " 'അമ്മ ചോദിച്ചു .

" പിന്നെ അതിനല്ലേ ഞാൻ വന്നത് , ദാ പാത്രം ഇഡ്ഡലി ഒര് അഞ്ചെണ്ണം പോരട്ടെ "

" ഇതൊന്നും ശരീരത്തിൽ കാണുന്നില്ലോടാ ?"

" ഞങ്ങൾ കുടുംബത്തോടെ ഇങ്ങനാ , ശരീരത്തിൽ കാണൂല ,

ബലമാ ബലം "

പുരുഷൻ കൈയുടെ മസിലുപിടിച്ച് അമ്മയെ കാട്ടുന്നു.

ഞാൻ ചിരിച്ചുകൊണ്ട് കുളുമുറി നോക്കി നടന്നു .

" ഡാ ഹരി , കുളി കഴിഞ്ഞില്ലേ "

അമ്മയുടെ വിളി .

"ദാ വരുന്നു "

ഞാൻ തലയൊക്കെ ചീവി ഉടുപ്പൊക്കെ മാറി , പുരുഷനോടൊപ്പം പോകാൻ തയ്യാറായി അങ്ങോട്ട് ചെന്നു .

" കഴിച്ചിട്ടു പോയാ മതി, പോയ കാര്യം കഴിഞ്ഞാ രണ്ട് പേരും പെട്ടന്ന് ഇങ്ങോട്ട് വന്നോക്കണം "

അമ്മയുടെ ഓർഡർ .

ഞാൻ കഴിപ്പൊക്കെ കഴിഞ്ഞു പുരുഷനേയും കൂട്ടി വണ്ടിയെടുത്തു .

അമ്മ കുട്ടികളെ പോലെ സിറ്റ്ഔട്ടിൽ നിന്ന് കൈ വീശി

" നമ്മൾ എങ്ങോട്ടാണ് ആദ്യം പോകുന്നത് "

ഞാൻ ചോദിച്ചു .

" ആ വീടും പുരയിടവും , ആദ്യം അത് കാണണം , പിന്നെ ഊരുകാട് "

പുരുഷൻ ആവേശത്തോടെ പറഞ്ഞു .

ഞാൻ വണ്ടി ചവിട്ടി വിട്ടു , ഒരു മുപ്പത് മിനിറ്റ് യാത്ര , പണ്ട് ഞാൻ ആവഴികളിലൂടെ ഒന്ന് രണ്ട് പ്രാവിശ്യം പോയിട്ടുണ്ട് .അതും വസ്തു വാങ്ങലിന് മാത്രം. പോയി അത്യാവശ്യം ആദായം കിട്ടുന്നുണ്ട്. എന്തൊക്കയോ കൃഷികൾ , വേലനാണ് എല്ലാം നോക്കി നടത്തുന്നത് . മാസാമാസം വീട്ടിൽ കണക്കുമായി വരും ,കാശും കണക്കും അമ്മക്ക് കൊടുക്കും പോകും .

പുരുഷൻ പറഞ്ഞത് ശരിയായിരുന്നു. വാഹനങ്ങളോ ആൾക്കാരോ ഇല്ല, നല്ല റോഡ്. അവിടെങ്ങും വീടുകളും കണ്ടില്ല .പുരുഷൻ പറഞ്ഞൊരു വലിയ ഗേറ്റിന് മുന്നിൽ വണ്ടിനിർത്തി.

പുരുഷൻ ഇറങ്ങി ഗേറ്റ് തുറന്നു. പിന്നെ അവൻ തിരികെ വണ്ടിയിൽ കയറി ,ഒരു മുന്നൂറ് മീറ്റർ അകത്തേക്ക് വളഞ്ഞു കിടക്കുന്ന കല്ലുപാകിയ റോഡ്.ഇരുവശവും മരങ്ങൾ . ഒരു വിശാലമായ മുറ്റത്ത് വണ്ടി എത്തി . നടുമുറ്റത്ത് ഒരു പെണ്ണിന്റെ പ്രതിമ

ചുറ്റും വെള്ളാരം കല്ല് നിറച്ച ഒരുകുളം , വെള്ളമില്ല നിറക്കണമെന്ന് തോന്നുന്നു .

പിന്നെ വീട് .

അതൊരു വീട് അല്ല ,ഒരു വലിയ കൊട്ടാരം . ഞാൻ ഈ നാട്ടിൽ ജീവിച്ചിട്ട് ഇങ്ങനെ ഒന്ന് ,ഇവിടെ ഉണ്ടെന്ന് ഇന്നാണ് അറിയുന്നത് .

''പുരുഷാ എന്താ ഇത്, കൊട്ടാരമോ, ഒന്നും നോക്കണ്ട ഉറപ്പിച്ചോ, ഹോ ..''

ഞാൻ അമ്പരന്ന് പോയി .

പുരുഷൻ വീണ്ടും തലപൊക്കി ,

'' അതാണ് പുരുഷൻ, ഇപ്പൊ എങ്ങനെ കിടുവല്ലേ ?, ചുള് വിലക്ക് ഞാൻ ഒപ്പിച്ചു തെരും ''

ഞങ്ങൾ അകത്തേക്ക് കടന്നു . വളരെ വിശാലമായ ഒരു വീട് , അല്ല കൊട്ടാരം ,

വലിയ ആകാത്തളങ്ങൾ , ആഡംബരത്തിൽ മുങ്ങിയ വീട് . പുതിയ തലമുറയും പഴമയും ഒത്ത് ചേർന്നിരിക്കുന്നു . ഉൾവശം പുതുക്കി പണിതിട്ടുണ്ട് . ഇല്ലെങ്കിൽ ഇത്ര മനോഹരമാവില്ല , ആർക്കും കുറ്റം പറയാൻ പറ്റില്ല .

കണ്ണ് ഇനി വികസിക്കാൻ ഇടമില്ലാതെ വിഷമിച്ചു .

പിന്നെ പുറത്തിറങ്ങി .

ചുറ്റുപാടും മനോഹരം ,ഏകാന്തത , പുരുഷൻ പറഞ്ഞപോലെ ഒരു പുഴ ,

അമ്മിണി ചേല

അവിടെ പടികെട്ടുകൾ അവ അമ്മിണി ചേലയിലേക്ക് ഇറങ്ങി പോകുന്നു .

ഒരു ഭാഗത്ത് ഇരുന്ന് ചായ കുടിക്കാൻ പാകത്തിന് ഒരു ഗ്ലാസ് റൂം , ഒരാൾക്ക് ഉറങ്ങാൻ പാകത്തിന് ഒരു മുറി , പുറത്ത് മേൽക്കൂരയോട് കൂടിയ ഊഞ്ഞാൽ ,

എന്താണ് ഞാൻ കാണുന്നത് .

ആഡംബരം , എനിക്ക് കണ്ണുകൾ ഒരു നിമിഷം പോലും അടക്കാൻ തോന്നിയില്ല .

"പുരുഷാ , ഇത് നമ്മുടെ കൈയ്യിൽ നിന്നും പോകാൻ പാടില്ല " ഞാൻ പറഞ്ഞു .

" ഒരിക്കലും ഇല്ല ,പക്ഷേ ഇതിന് പുറകിലും അങ്ങേ ഭാഗത്തുമായുള്ള സ്ഥലം കൂടി വാങ്ങണം ,ഇവിടുത്തെ നാല് കിലോമീറ്റർ ദൂരം വരുന്ന റോഡിന് ഇരുവശവും അപ്പൊ നമ്മുടെ ആവും , എല്ലാംകൂടി ഒരാളുടേയാ , നോക്കട്ടെ ?   നല്ല വരുമാനം ഉണ്ട് എല്ലാം കൂടി മുപ്പത് ഏക്കർ "

പുരുഷൻ പറഞ്ഞു .

" മുപ്പതോ ? പുരുഷാ കൈയിൽ ഒതുങ്ങുന്നത് പറ , ഒരു പാട് കാഷ് വേണ്ടി വരും , കൈയ്യിൽ നിക്കില്ല "

വിഷമം,ആശങ്ക എന്നിവയോടുകൂടി ഞാൻ പറഞ്ഞു.

" ഈ വീടിനും പുരയിടത്തിനും എത്ര രൂപ മതിപ്പ് വില വെരും , ഒന്ന് പറഞ്ഞെ ?" പുരുഷൻ ചോദിച്ചു .

ഒരു അമ്പത് അതിൽ കൂടിയാ വേണ്ട "   ഞാൻ പറഞ്ഞു .

"അതുകൊള്ളാം ഇപ്പൊ ആർക്കും കൊടുക്കാൻ പറ്റില്ലാന്ന് പറഞ്ഞിട്ട് , മൊത്തമായി ഒരു എഴുപത് എടുക്കാനുണ്ടാവുമോ "

പുരുഷൻ ചോദിച്ചു

" ഉണ്ടാവും "

" എന്നാ ഈ മുപ്പത് ഏക്കറും ഞാൻ വാങ്ങിത്തെരും "

പുരുഷൻ എന്നെ ഞെട്ടിച്ചു .

" ശരി , സമ്മതം " ഞാൻ പറഞ്ഞു .

" എന്നാ പോകുന്ന വഴി വസ്തുക്കളൊക്കെ ഒന്ന് കണ്ട് പോകാം , തിരിച്ചുചെന്നിട്ട് ഉച്ച കഴിഞ്ഞിട്ട് യാത്രയുണ്ട് , എന്നേം 'അമ്മ വിളിച്ചിട്ടുണ്ട് , ഇന്ന് 'അമ്മ എവിടെങ്കിലും കുരുക്കും "

പുരുഷൻ ചിരിച്ചുകൊണ്ട് പറഞ്ഞു .

മൊത്തമായുള്ള വസ്തുവകകളെ കീറിമുറിച്ച് പോകുന്ന റോഡ് , ഏതാണ്ട് നാല് കിലോമീറ്റർ വരും .

മൊത്തം വാങ്ങിയാൽ പുരയിടത്തിന് നടുവിലൂടെ ഒരു റോഡ് . ഞാൻ വണ്ടിയിലിരുന്ന് ഇരുവശവും നോക്കി കണ്ടു .ഇരുവശവും ആരും താമസമില്ല .

വലിയ ഉയരത്തിലുള്ള മരങ്ങൾ , പലതരം കൃഷികൾ .

" മൊത്തം വാങ്ങി , ഈ റോഡിന്റെ രണ്ട് അറ്റവും ഗേറ്റ് വെക്കണം , അപ്പൊ സ്വന്തമായി ഒരു റോഡ് ആകും "

പുരുഷൻ ചിരിച്ചുകൊണ്ട് പറഞ്ഞു .

"അപ്പൊ റോഡ് അടച്ചതിന് എന്നെ പിടിച്ച് അകത്തിടുന്നത് നിനക്ക് കാണണോ ?"

ഞാൻ ചിരിച്ചു കൊണ്ട് ചോദിച്ചു

മെയിൻ റോഡിൽ നിന്നും കയറുമ്പോൾ തുടക്ക ഭാഗത്ത് ഇടത് മാറി ഒരു കമാനം അതിൽ " ഒൺ ലാൻഡ് ചർച്ചെന്ന് "എഴുതിയിരുന്നു

" ദാ .. ആ ആർച്ചുകണ്ടോ , അതിലൂടെ പോയ എന്റെ സ്ഥലമായി , ഊര് കാട് "

വിടർന്ന കണ്ണുകളോടെ പുരുഷൻ പറഞ്ഞു .

" അത് പള്ളിയല്ലേ ?"

ഞാൻ ചോദിച്ചു .

പുരുഷൻ തുടർന്നു

" അതെ അവിടെ പള്ളിയും ഉണ്ട്, ആ വഴിയേ കുറച്ചുനടക്കുമ്പോൾ, അവിടെ നമ്മൾ കണ്ട പുഴ അമ്മിണി ചേല അത് കടന്ന് പോകണം . നടന്ന് കേറാം ,വലിയ ചപ്പാത്ത് കെട്ടി വെള്ളം കൊറച്ചിട്ടുണ്ട് , ഇന്ന് പോണ്ട കുറച്ചു ദിവസം കഴിയട്ടെ ,പെണ്ണുകാണലും വസ്തുവെഴുത്തും കഴിയട്ടെ "

" ശരി "

ഞാൻ ചെറു ചിരിയോടെ പറഞ്ഞു .

ഞങ്ങൾ വീട്ടിലേക്ക് തിരിച്ചു .

അപ്പോഴും വസ്തുവിനെ പറ്റി വാചാലനായിരുന്നു , പുരുഷൻ .

പെണ്ണുകണ്ടു. ഇഷ്ടമായില്ല എനിക്കല്ല അമ്മക്ക് തന്നെ, അവസാനം അമ്മ പറഞ്ഞു നീ ഇനി പോയിട്ട് മൂന്ന് മാസത്തിൽ വരണം , ശരിയാണ് ഇപ്പൊ ആറുമാസത്തിൽ ഒരിക്കലാണ് വരുന്നത് . ശരി വരാം ഞാൻ സമ്മതിച്ചു .

" അപ്പൊ ഞാൻ നല്ല ഒന്ന് രണ്ട് പെൺകുട്ടികളെ കണ്ടുവെക്കാം "

അമ്മ പറഞ്ഞു .

ഞാൻ തലയാട്ടി

നാല് ദിവസം കഴിഞ്ഞപ്പോൾ പുരുഷൻ വന്നു.

വസ്തുക്കളുടെ ഉടമയായ ഡാനിയൽ അയാളുടെ ബന്ധുക്കൾ തുടങ്ങി ചിലരെ പരിചയപ്പെടുത്താൻ എന്നേയും കൊണ്ട് ദൂരെ ഒരു സ്ഥലത്തുപോയി, ഒരു വലിയ വീട്, കുറേ ആൾക്കാരുണ്ടായിരുന്നു. വില ഉറപ്പിച്ചു. ആൾ നാട് വിട്ട് പുറത്തേക്ക് പോകുന്നു. പുള്ളിയുടെ ഭാര്യ പുറം നാട്ടുകാരിയാണ്. ഇവിടുത്തെ എല്ലാം വിറ്റുപറക്കി പോകുകയാണെന്ന് സാരം. വില പുരുഷൻ പറഞ്ഞപടി വളരെ കുറഞ്ഞ രീതിയിൽ. അങ്ങനെ ഞാനും മുതലാളിയായി.

അടുത്ത ദിവസം രാവിലെ ഡാനിയൽ എന്റെ വീട്ടിലെത്തി,

ബംഗ്ലാവിൽ ഡാനിയൽ.

ഞാൻ ഒട്ടും പ്രതീക്ഷിച്ചിരുന്നില്ല. പുരുഷൻ ആയിരുന്നു വഴികാട്ടി. മൂന്ന് നാല് പേർ കൂട്ടിനുണ്ടായിരുന്നു. വസ്തു എന്റെ പേരിൽ മാറ്റണം ഇന്ന്, അതാണ് ആവിശ്യം. നാളെ അയാൾ ലണ്ടനിലേക്ക് പോകുകയാണ്. പെട്ടന്ന് പോകേണ്ട ആവിശ്യമുണ്ടത്രേ.

കാശ് പിന്നീട് കൈമാറിയാൽ മതി. ആദ്യ പകുതി ഒരുമാസത്തിനുള്ളിൽ മതി. ബാക്കിക്ക് ആറ് മാസം സമയവും.

മുഴുവനും ഞാൻ നൽകാൻ തയ്യാറാണെന്ന് പറഞ്ഞു, പക്ഷെ പുള്ളിക്ക് അയാളുടെ രീതിക്ക് തന്നെ മതി.

ഞാൻ സമ്മതിച്ചു.

എന്നാൽ അയാൾക്ക് ഒരു നിർബന്ധം ഉണ്ടായിരുന്നു.

ഞാൻ അമ്മയോടൊപ്പം ആ വീട്ടിലേക്ക് താമസം മാറ്റണം. അയാൾക്ക് ആ വീട് അനാഥമായി കിടക്കുന്നത് ഓർക്കാൻ പോലും കഴിയില്ലെന്ന്. ഞാൻ അമ്മയോട് ചോദിക്കട്ടെ എന്ന് പറഞ്ഞു.

പക്ഷേ നാളെ അയാൾ പോകുന്ന വഴിക്ക് ആ വീടുവഴി വരാം . നിങ്ങൾ പാലുകാച്ചി നാളെ മാറണം അയാൾ ഉറപ്പിച്ചു നിന്നു . എല്ലാം താമസയോഗ്യമാക്കി പരിസരവും നാന്നാക്കി ,ഒരു പണിക്കാരിയെ കൂടി ഞാൻ അങ്ങ് തെരും അയാളുടെ വാക്കിൽ അയാൾ ഉറച്ചുനിൽക്കുന്നു.

മനുഷ്യവാസം ഇല്ലാതെ ഒരുപാട് നാളുകളായി ഒഴിഞ്ഞു കിടക്കുന്ന ഒരു വലിയ വീട് , അത് കാണിച്ചിട്ട് വീട്

അനാഥമായി കിടക്കുന്നത് ഓർക്കാൻ പോലും കഴിയില്ലെന്ന് , ഇയാൾ എന്താണ് ഉദ്ദേശിക്കുന്നത്, മണ്ടനാണോ ? ഏയ് അല്ല ആവാൻ വഴിയില്ല ,മണ്ടനായ ഒരാൾക്ക് ഇത്ര സമ്പാദ്യം ഉണ്ടാവില്ല .

ഞാൻ ദൂരെ മാറിനിന്ന് ഞങ്ങളെ നോക്കുന്ന പുരുഷനെ നോക്കി , പുരുഷന് കാര്യം പിടികിട്ടിയെന്ന് തോന്നി . എല്ലാം സമ്മതിച്ചുകൊടുക്കെന്ന രീതിയിൽ ആംഗ്യം കാട്ടി .

"ശരി, അങ്ങനെ ആവട്ടെ, പക്ഷേ ഒരു ദിവസം കൊണ്ട് ഈ വീട്ടിലെ സാധനങ്ങളൊക്കെ ? എങ്ങനെ അവിടെ ആ വീട് താമസയോഗ്യമാക്കും."

ഞാൻ ഡാനിയലിനോട് ചോദിച്ചു

"ഇവിടെ നിന്ന് ഒന്നും അങ്ങോട്ട് കൊണ്ട് പോകണ്ട , എല്ലാം അവിടെ ഉണ്ട് , നിങ്ങളുടെ തുണിയെടുക്കുക , പട്ടിയോ ,പൂച്ചയോ,കോഴിയോ ,പശുവോ ഒക്കെ ഉണ്ടെങ്കിൽ അതും ,ബാക്കി എല്ലാം അവിടെ ഉണ്ട് . എന്റെ പണിക്കാരുണ്ട് എല്ലാം അവര് നോക്കിക്കോളും വൈകിട്ട് വണ്ടി അതിനുള്ള ആൾക്കാർ എല്ലാരും

ഇവിടെ വരും . സാധനങ്ങൾ കാണിച്ചുകൊടുത്താൽ മതി."

അയാൾ ആഹ്ളാദത്തോടെ പറഞ്ഞു.

35

ഞാൻ " ശരി " എന്ന് ചിരിച്ചുകൊണ്ട് തലയാട്ടി .

" ശരി , ഞാൻ നിങ്ങളുടെ അമ്മയെ ഒന്ന് കാണട്ടെ , അപ്പോഴേക്ക്   നിങ്ങൾ ഒരുങ്ങി വരൂ ,എഴുത്തിന് പോകണ്ടേ ? "

ഞാൻ തലയാട്ടി .

അയാൾ വീടിന് അകത്തേക്ക് നടന്നു .

ഞാൻ പുരുഷൻ നിന്ന ഭാഗത്തേക്കും.

ഭാഗം : നാല്

മുതലാളി

"അയാള് പറഞ്ഞത് അങ്ങ് സമ്മതിച്ചുകൊടുത്തേക്ക് " അടുത്തൊട്ട് ചെന്നപാടെ പുരുഷൻ പറഞ്ഞു .

" ആ ഞാൻ എല്ലാം സമ്മതിച്ചുകൊടുത്തു "

ഞാൻ പറഞ്ഞു .

"ആ അത് നന്നായി, വലിയ ഒരുകൊട്ടാരത്തിൽ താമസിക്കണമെന്നല്ലേ നിങ്ങടെ ആഗ്രഹം അത് നടന്നില്ല , വീട് നന്നാക്കലും ബാക്കി ചുറ്റുപാടുമുള്ള പണികളും ചുളുവിൽ നടക്കും . പിന്നെ വീട്ടിൽ നിക്കാൻ ഒരാളെയും കിട്ടും , ഒര് ആവശ്യത്തിനും അമ്മക്ക് ഇനി പൊറത്തുപോവേണ്ട ,പിന്നെ ഞാനും അടുത്തല്ലേ ഒന്ന് നീട്ടി വിളിച്ചാൽ ഞാൻ ഹാജർ , ഇനി ഇപ്പൊ ആശ്വാസത്തോടെ ഗൾഫിലേക്ക് പോകാമല്ലോ.പിന്നെ ഈ വീട് വേണമെങ്കിൽ വാടകയ്ക്കോ വിൽക്കുകയോ ചെയ്യാം ,എന്തിനും ഏതിനും പുരുഷൻ "

പുരുഷൻ പറഞ്ഞു .

ശരിയാണ്, എന്റെ വലിയ ഒരു പ്രശ്നമാണ് ഇല്ലാതായത് .

ഞാൻ പുരുഷനെ നോക്കി ചിരിച്ചു .

"നമുക്ക് നോക്കാം "

വീണ്ടും കച്ചവടം

അവന്റെ മുഖം പൂത്തിരി കത്തിയപോലെ പ്രകാശിച്ചു .

അകത്തേക്ക് പോയ ഡാനിയൽ തിരികെയെത്തി .

അമ്മ സമ്മതിച്ചുകാണില്ല , എനിക്ക് ഉറപ്പായിരുന്നു .

"അപ്പൊ നാളെ രാവിലെ വീട്ടിൽ കാണാം , ഷിഫ്റ്റ് ചെയ്യാൻ പണിക്കാരെ വിടാം "

ചിരിച്ചുകൊണ്ട് എനിക്ക് കൈയ്യും തന്ന് , അയാളും പരിവാരങ്ങളും യാത്രയായി .

ഞാൻ വീടിന്റെ മുന്നിലേക്ക് നോക്കി , അതാ അമ്മ നിന്ന് ചിരിച്ചുകൊണ്ട് അയാൾക്ക് കൈവീശുന്നു .

ഞാൻ അമ്പരന്നു .

ഞാൻ അമ്മയുടെ അടുത്തേക്ക് ചെന്നു .

"എന്ത് നല്ല മനുഷ്യൻ , നമ്മള് വാങ്ങിയ വീടിന്റെ വിശേഷമൊക്കെ പറഞ്ഞു . നീ എന്താ ഇതൊക്കെ പറയാത്തത് . നിന്നെ കുറിച്ച് അയാൾക്ക് ഭയങ്കര അഭിപ്രായമാ, അയാൾ അച്ഛനെ അറിയും . ഇപ്പൊ പണിക്കാരൊക്കെ ഇങ്ങുവെരും. കൊണ്ടുപോകേണ്ടതൊക്കെ ഒന്ന് ഒതുക്കി വെക്കാം ."

ഇതും പറഞ്ഞുകൊണ്ട് അമ്മ വേഗത്തിൽ അകത്തേക്ക് പോയി .

ഇതെങ്ങനെ സംഭവിച്ചു, ഒന്നുരണ്ട് നിമിഷം ഞാൻ അങ്ങനെ തന്നെ നിന്നു . പുരുഷൻ പോയി ,

രാവിലെ ബംഗ്ലാവിൽ എത്തും

അമ്മ സാധനങ്ങൾ ഒതുക്കുന്ന തിരക്കിലായിരുന്നു , വീട് മാറുന്നതിൽ അമ്മക്ക് സങ്കടം ഉള്ളതായി തോന്നിയില്ല .

ഏതാണ്ട് ഇരുപത് മിനിറ്റ് സമയത്തിൽ ഒരു പന്ത്രണ്ടോളം ആൾക്കാർ വണ്ടിയുമായി എത്തി ,

അരമുക്കാമണിക്കൂറുകൊണ്ട് എന്റെ വീട് അവർ കാലിയാക്കി .

ഊരുകാട്

പശു , പട്ടി ,ആട് കോഴി എന്ന് വേണ്ട അമ്മയുടെ സകലസാധനങ്ങളും അവര് വീട്ടിൽനിന്നും കടത്തിക്കൊണ്ടുപോയി .

കുറച്ചുവസ്ത്രങ്ങളും,

എന്റെ കുറച്ചുസ്വകാര്യസാധനങ്ങളും മിച്ചം .

ഇന്ന് കഴിച്ച് നേരത്തെ കിടക്കാം ,രാവിലെ ഒരുങ്ങി മുഹൂർത്തം നോക്കി വിളക്ക് കത്തിച്ചുപാലു കാച്ചണം .

ഞാൻ മൂളി .

ആ ദിവസം പെട്ടന്ന് കടന്ന് പോയി .

രാവിലെ കാര്യങ്ങളൊക്കെ പെട്ടന്ന് കഴിഞ്ഞു . ഞങ്ങൾ ബാക്കി സാധനങ്ങളുമായി ,പുതിയവീട്ടിലേക്ക് യാത്ര തിരിച്ചു .

എല്ലാം മനോഹരമാക്കിയിരിക്കുന്നു . ഗേറ്റ് തുറന്ന് ഒരാൾ തല കുനിനിഞ്ഞുനിൽക്കുന്നു . ഞാൻ അമ്മയെ നോക്കി , 'അമ്മ അത്ഭുതത്തോടെ നോക്കി കാണുന്നു . അവിടവിടെ ആൾക്കാർ കൂടി നിന്നിന്നിരുന്നു . എല്ലാ മുഖങ്ങളിലും ബഹുമാനം.

വണ്ടി നടുമുറ്റത്തെ അപ്സരസ്സിനെ ചുറ്റി പോർച്ചിലേക്ക് കയറ്റി ഇട്ടു . ഞാൻ പുറത്തിറങ്ങി .

അമ്മ വീട് കണ്ട് അമ്പരന്ന് നിൽക്കുന്നു . കണ്ണുകൾ വലുതായയപോലെ .

എനിക്ക് സന്തോഷം , അടക്കാനാകാത്ത സന്തോഷം .

അതാ ഡാനിയൽ , ബംഗ്ലാവിൽ ഡാനിയൽ ,

അയാൾ ചിരിച്ചുകൊണ്ട് എന്റെ അടുക്കലേക്കുവന്നു . കൂടെ പുരുഷനുമുണ്ട് .

" ഞാൻ പറഞ്ഞതൊക്കെ നടത്തിയിട്ടുണ്ട് , എല്ലാം കണ്ടല്ലോ , അകമെല്ലാം ഒരുനുള്ള് പൊടിപോലും കാണാത്തപോലെ ആക്കിയിട്ടുണ്ട് " ഡാനിയൽ പറഞ്ഞു .

"ശരിയാ എല്ലാം കിടിലം, ഞാൻ കണ്ടതാ "പരുഷൻ മുഖം നിറയെ സന്തോഷത്തോടെ ഉറക്കെ പറഞ്ഞു .

ഡാനിയൽ അമ്മയുടെ അടുത്തേക്ക് ചെന്നു .

"മകൻ നല്ല ഭാഗ്യമുള്ള ,സ്വാഭാവമുള്ള ചെറുക്കനാ "

അമ്മയുടെ മുഖത്ത് അഭിമാനം അലതല്ലി .

താക്കോലും കുറേ പേപ്പറുകളും ചേർത്ത് ഡാനിയൽ അമ്മയുടെ നേരെ നീട്ടി .

" ഈ വീട്ടിലെ മൂത്ത ആൾ ഇതുവാങ്ങണം , അങ്ങനെ അല്ലെ ?"

ഡാനിയൽ എന്നെ നോക്കി .

ഞാൻ തലയാട്ടി .

അമ്മ എന്നെ നോക്കി .

ഞാൻ പുഞ്ചിരിച്ചു .

അമ്മ ആ താക്കോൽ കൂട്ടവും കടലാസ് കൂട്ടവും രണ്ട് കൈയ്യും നീട്ടി സ്വീകരിച്ചു . പിന്നീട് രണ്ട് കണ്ണിലും മുട്ടിച്ചു .

മാലിനി ... ബംഗ്ലാവിൽ ഡാനിയൽ നീട്ടി വിളിച്ചു .

അപ്പോൾ ഒരുപെണ്ണ്

ഒരു ഇരുപത് ഇരുപത്തഞ്ചുവയസ്സ് തോന്നിക്കുന്ന പെണ്ണ്, കൈയ്യിൽ കത്തിച്ച വിളക്കുമായി വന്നു . അത് അമ്മയുടെ കൈയ്യിലേക്ക് നീട്ടി .

ഊരുകാട്

അമ്മ അവളെ നോക്കി

നല്ല കറുത്ത നിറം , ദൈവീകത തുളുമ്പുന്ന മുഖം . അമ്മക്ക് അവളെ ഇഷ്ടമായെന്ന് തോന്നി .

" ഇവൾ ഇവിടെ അമ്മക്ക് കൂട്ടിന് ,പിന്നെ ഇവളുടെ അച്ഛനും അമ്മയും , ഒരു മൂന്ന്

പുറംപണിക്കാരും ഉണ്ട് ".

പുരുഷൻ പറഞ്ഞു .

" ഇവര് എന്റെ വീട്ടിൽ നിന്നതാ , ഇനി ഞാൻ പോകുവല്ലേ , നിങ്ങൾക്ക് കൂട്ടും ജോലിക്ക് ആളും ആകും . ഇവർക്ക് വീടൊന്നും ഇല്ല . പിന്നെ വല്ലപ്പോഴും ഊരുകാട് പോകും , നമ്മുടെ പുരുഷന്റെ നാട്ടുകാരാ ."

ഡാനിയലും പറഞ്ഞു .

അമ്മ വിളക്ക് വാങ്ങി , അവളെ നോക്കി പുഞ്ചിരിച്ചു . പിന്നെ അൽപ്പ നേരം കണ്ണടച്ച് നിന്നു ,

പിന്നെ എന്നെ നോക്കി . ഞാൻ അടുത്തേക്ക് ചെന്നു .

ഞങ്ങൾ ഒരുമിച്ച് അകത്തേക്ക് കയറി .

പുറത്ത് കൂടിനിന്ന പെണ്ണുങ്ങൾ കുരവയിട്ടു. അമ്മക്ക് അഭിമാനമായിരുന്നു .

അമ്മ സന്തോഷത്തോടെ അകത്തേക്ക് അടിവെച്ചു . കുരവകൾ ഉയർന്ന് കേട്ടുകൊണ്ടേ ഇരുന്നു . എനിക്കും സന്തോഷം.

പുറത്ത് വന്നപ്പോൾ ഡാനിയൽ ഉണ്ടായിരുന്നില്ല . പുരുഷൻ അകത്ത് നല്ല തട്ടു തട്ടുകയാണ് . അവൻ ഒരു ഇഡ്ഡ്ലി ഭ്രാന്തനാണ് .

ഡാനിയലും അയാളുടെ കൂടെവന്നവരും പോയിരുന്നു . അയാൾ കാശിന്റെ കാര്യം ഒന്നും പറഞ്ഞില്ല . പറഞ്ഞ തുകയുടെ പകുതിപോലും ഇതുവരെ കൊടുത്തിട്ടില്ല .

കുഴപ്പമില്ല , അയാളുടെ ആവശ്യമല്ലേ ...

നാളെ ആകട്ടെ , എല്ലാത്തിനും ഒരു തീരുമാനത്തിൽ എത്താം .

അതും പറഞ്ഞുകൊണ്ട് പുരുഷനും പോകാൻ ഇറങ്ങി .

ഇനി വീട്ടിൽ

ഞാനും അമ്മയും

മാലിനിയും അവളുടെ അച്ഛനും അമ്മയും

പിന്നെ ഒരു മൂന്ന് പണിക്കാരും

അവരെ ഇവിടെത്തന്നെ എന്നും നിർത്തണം .

അമ്മക്ക് കൂട്ടാകും , ശമ്പളവും സംസാരിക്കണം . ഞാൻ പോകുമ്പോൾ ഇനി അമ്മ ഒറ്റക്കാകില്ല . പുറം പണിക്കും ആളുണ്ട് . മൊത്തത്തിൽ ഒരു ആശ്വാസം .

പക്ഷേ ... വീടിന്റെ വില

അത് കൂടുതലാണ് .പെട്ടന്ന് ചാടികേറി സമ്മതിച്ചു .

ആ കുഴപ്പമില്ല , നാളെ എല്ലാം സംസാരിച്ച് ഒരു തീരുമാനത്തിൽ എത്തണം .

എല്ലാവരും പോയി

പുറത്ത് നല്ല ഇരുട്ട് . ഇവിടെ രാത്രിക്ക് കറുപ്പ് കൂടുതലാണ് . അങ്ങ് എവിടെയോ മൃഗങ്ങളുടെ ശബ്ദം കേൾക്കുന്നുണ്ട് . വെള്ളം ഒഴുകുന്ന ശബ്ദം . അമ്മിണിചേല ആണ്

ഇടക്ക് മിന്നാമിനുങ്ങുകൾ കൂട്ടത്തോടെ ഉയർന്ന് പൊങ്ങുന്നു .

മനോഹരം

അതിമനോഹരം

രണ്ട് മുയലുകൾ, മുറ്റത്തെ വെളിച്ചത്തിന് കീഴിൽ ഇതിന് ഭയമില്ലേ ?

ഞാൻ കുറച്ചുനേരം അവയെ നോക്കി നിന്നു .

" ഡാ , ഇങ്ങുവന്നെ ?"

അമ്മ വിളിക്കുന്നു .

മുയലുകൾ ഇരുട്ടിലേക്ക് ഓടിമറഞ്ഞു .

" എന്താ അമ്മേ ?"

ഞാൻ അകത്തേക്ക് നോക്കി ചോദിച്ചു .

" നിനക്ക് കഴിക്കണ്ടേ , ?"

"ആ വരുവാ "

ഞാൻ അകത്തേക്ക് നടന്നു.

പുറത്ത് ഉൾകാട്ടിൽ എവിടെയോ കുറുക്കൻ ഊരിയിടുന്നു.

പിന്നെയും മറ്റെന്തക്കയോ ശബ്ദങ്ങൾ കേൾക്കുന്നു . ഇടയിൽ ഒരുതരം ശൂളമടികളും .

ഭാഗം :അഞ്ച്

രാമന്റെ വാസം

ഊരുകാട്

വർഷങ്ങൾക്ക് ശേഷം വീണ്ടും രാമൻ ജീവിച്ചുതുടങ്ങി .
അമ്മിണിചേലയിലെ കുളി , വീടുപോലെ രണ്ട് ഓഫീസ്.
നല്ല ആൾക്കാർ , പ്രകൃതിയുടെ മനോഹാരിത നുകർന്ന്
ദിനവും കാട്ടിലൂടെ ഒരു ചുറ്റൽ .

എന്താണ് ഇല്ലാത്തത് .

മനസ്സിൽ പ്രണയത്തിന്റെ വിത്തുകൾ വരെ
മുളച്ചിരിക്കുന്നു .

ഡയാന

ആദ്യദിവസങ്ങളിൽ ഭക്ഷണത്തിന് നല്ല
ബുദ്ധിമുട്ടായിരുന്നു . പാചകം വല്യ പിടിയില്ല , ചെയ്യും.
പക്ഷേ സ്വന്തമായി ചെയ്യുന്ന ആഹാരം, അത്ര
രുചികരമായി തോന്നിയിരുന്നില്ല .

എന്നാൽ അടുത്ത ദിവസം പള്ളിയിൽനിന്നും ഒരു
പെൺകൊടി വീട്ടിൽ എത്തി .

കറുത്ത നിറം

അവളെ കണ്ടപ്പോൾ എനിക്ക് മനസ്സിലായി കറുപ്പിന്
ഏഴ് അഴകാണ് .

ഓർമ്മയില്ലേ ആ അമ്മൂമ്മയെ അവരുടെ ചെറുമകൾ ,

പള്ളിയിൽ കുട്ടികളെ പഠിപ്പിക്കുന്നു . അവിടെ ഒരു
ചെറിയ സ്കൂളുണ്ട് .

അതാണ് ഊരുകാടിലെ ഏക പള്ളിക്കൂടം .

ഞാൻ ചോദിച്ചു

"ആരാണ് ? "

"എന്താണ് ?"

"ഞാൻ ഡയാന "

അവൾ പറഞ്ഞു .

" എന്താണ് ? എന്തെങ്കിലും പരാതി ആണോ ?"

" അല്ല , ഞാൻ പള്ളീലെ അച്ചൻ പറഞ്ഞിട്ട് വന്നതാ ?"

"ശരി ?"

"പള്ളിലോട്ടു വരാൻ അച്ചൻ പറഞ്ഞു "

" ഓ , ശരി ഞാൻ വരാം , എന്താണ് കാര്യം എന്ന് അറിയാമോ ?"

"ഇല്ല ,അറിയില്ല , ഒന്നുകാണണം എന്ന് പറയാൻ പറഞ്ഞു ."

"ശരി , ഞാൻ വരാം "

"അല്ല ,ഇപ്പൊ വരാനാണ് പറഞ്ഞത് , അച്ചൻ അവിടെ കാത്ത്നിൽക്കുവാ "

അവൾ വിടാൻ ഭാവമില്ല എന്ന് തോന്നുന്നു .

"ശരി ഞാൻ ഡ്രസ്സ് ഒന്ന് മാറ്റിവരാം "

ഉം...

അവൾ മൂളി .

ഞാൻ ഡ്രസ്സ് മാറി പുറത്ത് വന്നു .

അവൾ കാത്ത് നിൽപ്പുണ്ടായിരുന്നു .

ഊരുകാട്

പള്ളിയിൽ എത്തുന്നവരെ അവൾ ഒന്നും മിണ്ടിയില്ല ,
ഞാനും

ഞങ്ങൾ ഒരേ അകലത്തിൽ നടന്നു .

അവൾ തലയിൽ ഏതോ വെളുത്തപൂവ് ചൂടിയിരുന്നു .
ഒരു വെളുത്ത നീണ്ട വസ്ത്രം ,അതിൽ അവിടെ
അവിടെ ആയി മഞ്ഞനിറത്തിൽ ലില്ലിപ്പൂക്കൾ .

ലില്ലിപ്പൂക്കൾക്ക് വെള്ള നിറമല്ലേ ?

ആ നടത്തത്തിന് ഒരു ചന്തമുണ്ട് .

അവളുടെ മണമാണോ അതോ ആ തലയിൽ ചൂടിയ
പൂമണമോ ?

മത്തുപിടിപ്പിക്കുന്ന സുന്ദര മണം.

പള്ളിയിൽ എത്തുന്ന വരെ അവൾ എന്റെ മുന്നേ
നടന്നു .

പള്ളിയുടെ മുറ്റത്ത് തന്നെ അച്ചൻ നിൽപ്പുണ്ടായിരുന്നു.

അവൾ അച്ചനെ നോക്കി ചെറുതായി ഒന്ന് കുനിഞ്ഞു .
പിന്നെ ഇടത് ഭാഗത്തുള്ള വലിയ കെട്ടിടത്തിലേക്ക്
നടന്നുപോയി .

ഞാൻ അവളെ നോക്കി നിന്നു .

അച്ചൻ നിൽക്കുന്നത് ഞാൻ ഓർത്തില്ല .

" രാമാ .... "

അച്ചൻ വിളിച്ചു .

എനിക്ക് പെട്ടന്ന് ബോധം ഉണ്ടായി .

മോശമായി , അച്ചൻ എന്ത് വിചാരിച്ചു കാണും .

"ഈശോ മിശിഹായ്ക്ക് സ്തുതി ആയിരിക്കട്ടെ "

ഞാൻ പെട്ടന്ന് പറഞ്ഞു .

അച്ചൻ ചിരിച്ചതേ ഉള്ളൂ ...

"ആരാണ് ആ പെൺകുട്ടി അച്ചോ , നല്ല ഐശ്വര്യമുള്ള
കുട്ടി , ഇത്ര കറുപ്പ് നിറമുള്ള ഒരാളെ ഞാൻ കണ്ടിട്ടില്ല .
ഇത്രയും മനോഹരിയായ ഒരു പെൺകുട്ടിയെയും .
ആരാണ് അച്ചോ ?"

ജാള്യം ഉള്ളിൽ ഒളിപ്പിച്ചുകൊണ്ട് ഞാൻ ചോദിച്ചു .

അച്ചൻ ഒരു ഭാവമാറ്റവും ഇല്ലാതെ നിൽക്കുന്നു .

ഞാൻ ഉത്തരം പ്രതീക്ഷിച്ചു .

അച്ചനും ആ പെൺകുട്ടിയെ നോക്കുകയായിരുന്നു .

"മുത്തി അമ്മയില്ലേ അവരുടെ ചെറുമകളാ "

അച്ചൻ പറഞ്ഞു .

മുത്തിയമ്മയോ ?

ഞാൻ വീണ്ടും ചോദിച്ചു .

"അതെ മുത്തിയമ്മ , നിങ്ങളുടെ വീടിന്റെ പഴയ ഉടമ .
അന്ന് കണ്ടുകാണുമല്ലോ ,താക്കോല് വാങ്ങാൻ
പോയപ്പോൾ "

അച്ചൻ പറഞ്ഞു ." ഓ ..അതെ , ഞാൻ ഓർക്കുന്നു .
അവർ ക്യാഷ് വാങ്ങിയില്ല "

"പക്ഷേ അന്ന് വേറൊരു പേരാ പറഞ്ഞത് .

അമ്മിണി അങ്ങനെ ആണെന്ന് തോന്നുന്നു . "

" ഓ അതോ അത് മുത്തി അമ്മയുടെ മകളുടെ പേരാ .
ആ പോയത് മുത്തി അമ്മയുടെ ചെറുമകൾ , ഡയാന ,
നല്ല അടക്കം ഒതുക്കവും ,അവളാണ് സ്കൂൾ
കാര്യങ്ങളൊക്കെ നോക്കുന്നത് . പത്ത് വരെയുളള
കുട്ടികളെല്ലാം ഇവിടെപഠിക്കും , പിന്നെ തുല്യതാ
പരീക്ഷ എഴുത്തും . ഇവിടെ പുറത്ത് പോയി ആരും
പഠിക്കാറില്ല. അല്ല ആർക്കും ഇവിടം വിട്ട് പോകാനും
ഇഷ്ടമില്ല ."

അച്ചൻ ഒരു ദീർഘ നിശ്വാസം വിട്ടു .പിന്നെ തുടർന്നു.

" ആ.... ഞാൻ വരാൻ പറഞ്ഞത് ,
ആഹാരകാര്യമൊക്കെ എങ്ങനാ ? വെക്കുവാണോ ,
അതോ എന്തേലുമൊക്കെ കാട്ടിക്കൂട്ടി കഴിപ്പാണോ ?"

" അത് അച്ചോ ? "

ഞാൻ വാക്കുകൾക്ക് വേണ്ടി ഒന്ന് പരതി .

" ആ മനസ്സിലായി , നാളെ മുതൽ മൂന്ന് നേരം ആഹാരം
ഇവിടെ നിന്ന് ."

"അത് അച്ചോ ?"

" ഇങ്ങോട്ട് ഒന്നും പറയണ്ട , ഡയാന ആണ് എനിക്ക്
ആഹാരം ഉണ്ടാക്കുന്നത് , ഇനി ഒരാൾക്ക് കൂടി
കൂടുതൽ ഉണ്ടാക്കണം അത്രേ ഉള്ളു . അവള് തന്നാ
പറഞ്ഞത് , പിന്നെ എന്താ , അവളുടെ കൈപുണ്യം
അത് പറയണം , എല്ലാം നല്ല അസ്സലായി വെക്കും ."

അത് കേട്ട് ഞാൻ ,സന്തോഷത്തോടെ അത്ഭുതത്തോടെ സ്നേഹത്തോടെ സ്ക്കൂൾ കെട്ടിടത്തിലേക്ക് നോക്കി .

ജനാലയിലൂടെ അവളെ കണ്ടു .

മനസ്സിലായി എന്ന് പറയുംപോലെ അവൾ ഒന്ന് ചെറുതായി പുഞ്ചിരിച്ച പോലെ തോന്നി .

അച്ഛൻ തുടർന്നു .

" ഇടക്ക് ഒക്കെ ഇങ്ങോട്ട് ഇറങ്ങിയാൽ കാര്യമൊക്കെ പറഞ്ഞിരിക്കാം .പുസ്തകം വായിക്കാൻ താല്പര്യമുണ്ടെങ്കിൽ അതുമാകാം , ഇഷ്ടംപോലെ ഇവിടെ പള്ളിവക ശാലയിൽ ഉണ്ട് . പേടിക്കണ്ട എല്ലാ വിഭാഗ പുസ്തകങ്ങളും ഉണ്ട് ."

ഞാൻ ചിരിച്ചു .

അച്ഛൻ വീണ്ടും തുടർന്നു .

" ആ പിന്നെ ചതുരംഗം കളിക്കാൻ അറിയാമോ ? ചെസ്സ് ? "

" ഉവ്വ് , അറിയാം ,"

ഞാൻ പറഞ്ഞു ,

"അത് നന്നായി , ഒരാളെ കിട്ടാതെ ഞാൻ വിഷമിച്ചിരിക്കുവാരുന്നു .നമുക്ക് ഇടക്ക് കൂടാം "

"ഉറപ്പായും അച്ചോ ."

" ആ ഇപ്പൊ ജോലിക്ക് പോവാറായല്ലോ , എന്നാ വൈകിട്ട് കാണാം , എനിക്ക് അകത്ത് ഇത്തിരി പണി ബാക്കിയുണ്ട് ."

അച്ഛൻ അതും പറഞ്ഞുകൊണ്ടു അകത്തേക്ക്
തിരിഞ്ഞു .

ഞാൻ പെട്ടന്ന് ചോദിച്ചു .

"അച്ചോ ആ വീടിന്റെ വില , അച്ചനോട് ചോദിക്കാനാ
പുരുഷൻ പറഞ്ഞത് . മുത്തി അമ്മയോട് ചോദിച്ചിട്ട്
കാര്യമുണ്ടെന്ന് തോന്നുന്നില്ല . ഇപ്പൊ എന്താ ചെയ്യുക ?
ഈ വീട് കാട്ടിൽ പറമ്പിൽ വീടാണെന്നും പണ്ട് ഫാദർ
കാട്ടിൽ ജോസഫ് താമസിച്ചതാണെന്നും എനിക്ക്
അറിയാം ,ചെറുപ്പത്തിൽ ഞാൻ ഇവിടെ വന്നതായി
ഒരു ഓർമ്മയുണ്ട്. അച്ഛൻ പോയപ്പോൾ ആരുമില്ലാതെ
ആയി . ഒരു ഒറ്റപ്പെടൽ ,അതാണ് ഞാൻ ഇങ്ങോട്ട്
സ്ഥലം മാറ്റം ചോദിച്ചുവാങ്ങി വന്നത് "

അച്ഛൻ എന്നെ നോക്കി ചിരിച്ചു .

"അറിയാം , നീ കുഞ്ഞുപ്രായത്തിൽ ഇവിടെ വന്നതും,
പഠിച്ചതും വളർന്നതും എല്ലാം അറിയാം.

'ജോസഫ് ' എന്റെ അടുത്ത കൂട്ടുകാരനായിരുന്നു.
'ജോസഫ് അമ്മിണിക്ക് കൊടുത്തതാ ആ വീട് ,
അവിടെ നീ തന്നാ താമസിക്കണ്ടത് . അത് നിന്റെ
വീടാണ് . അതാണ് വില പറയാഞ്ഞതും
ചോദിക്കാഞ്ഞതും . ഉടമ വന്നപ്പോൾ തിരികെ തന്നു.
അത് അത്രേ ഉള്ളു ."

അറിയാത്ത എന്തൊക്കെയോ അറിഞ്ഞുതുടങ്ങുന്നു .
ഞാൻ വിറങ്ങലിച്ച് നിന്നു .

എന്റെ കണ്ണുകൾ നിറഞ്ഞു .

അച്ഛൻ തോളിൽ തട്ടി .

" നീ ഇവിടുത്തെ ഈ ഊരുകാടിലെ ചെക്കനാ ,
ഞങ്ങൾ എല്ലാവരും നിന്റെ ബന്ധുക്കളും "

അച്ചൻ പറഞ്ഞു .

ഞാൻ അറിയാതെ അച്ചനെ കെട്ടി പിടിച്ചു .

" ഇനി ഈ നാടും നാട്ടുകാരും അവരുടെ ജീവിതവും
ഒക്കെ നീ പഠിക്കേണ്ടിയിരിക്കുന്നു . ആ സമയമുണ്ട്
പതിയെ പതിയെ അറിയാം ".

അച്ചൻ എന്റെ മുതുകിൽ തടവിക്കൊണ്ട് പറഞ്ഞു .

കുറച്ച് സമയം അല്ല കുറച്ച് ഏറെ സമയം ഞാൻ
അങ്ങനെ നിന്നു .

പിന്നീട് ആ ആലിംഗനത്തിൽ നിന്നും അച്ചനെ
മോചിതനാക്കി .

പിന്നെ അങ്ങനെ കുറേ നേരം നിന്നു .

ഒന്നും മിണ്ടാതെ,

അച്ചൻ കൈയ്യിൽ പിടിച്ചു .

" വാ ... പള്ളിയിലേക്ക് പോകാം , എനിക്ക്
സംസാരിക്കാനുണ്ട് ."

ഞാൻ അച്ചന് പുറകെ ഒരു കൊച്ചുകുഞ്ഞിനെ പോലെ
നടന്നു .

ഭാഗം : ആറ്

ഒൺ ലാൻഡ് ചർച്ച്

ഊരുകാട്

കരുംപാറ കൊണ്ട് കെട്ടിയ പള്ളി ,

പഴമയുടെ എല്ലാ പ്രൗഢിയോടും തല ഉയർത്തി
നിൽക്കുന്നു .

അച്ഛൻ രാമനെ കൈപിടിച്ച് നടത്തുന്നു .ഒരു കുട്ടിയെ
പോലെ അയാൾ പുറകെ .

തറയിലും കല്ല് പാകിയിരിക്കുന്നു . കല്ലുകളുടെ
ഇടയിലൂടെ പുല്ല് വളർന്നുനിൽക്കുന്നു . അവിടെ
അവിടെയായി തൂവെള്ള മുയലുകൾ ചാടി
കളിക്കുന്നുണ്ട് . അവർക്ക് ഭയമുണ്ടായിരുന്നില്ല .

അച്ഛൻ തന്റെ മറുകൈ കൊണ്ട് ആ വലിയ വാതിൽ
തള്ളി .

അത് ഒരു കര കര ശബ്ദത്തോടെ തുറന്നു .

അച്ഛനും രാമനും അകത്തേക്ക് പ്രവേശിച്ചു .

ചുവപ്പ് കലർന്ന ഇരുണ്ട അന്തരീക്ഷം .

അവിടെ അവിടെ വലിയ മെഴുക് തിരികൾ കത്തിച്ച്
വെച്ചതിരിക്കുന്നു . ചിത്രപ്പണികളോടെയുള്ള വലിയ
ഗ്ലാസ് ജനാലകൾ അവയിലാണ് രാമന്റെ കണ്ണുകൾ
ആദ്യം ഉടക്കിയത് . ആരുടെയും കണ്ണുകൾ ആദ്യം
അതേ കാണുകയുള്ളു .

അവ അത്രയ്ക്ക് മനോഹരങ്ങളായിരുന്നു .

ആ ഹാളിൽ കുറേ ഇരിപ്പിടങ്ങൾ ഉണ്ടായിരുന്നു . രണ്ട്
ഭാഗത്തും വീണ്ടും മുറികളിലേക്ക് പോകാൻ
വാതിലുകൾ ,മുകളിലും നിലയുണ്ടെന്ന് തോന്നുന്നു .
ഇത് ഒരു വലിയ പള്ളി ആണ് , പുറത്ത് നിന്നും
കാണുന്നതിനേക്കാൾ വലുത് .

പക്ഷെ ആൾത്താരയിൽ

ഒരു വലിയ സ്ത്രീ രൂപം ,

അതിനെ തിളങ്ങുന്ന കല്ലുകൾ കൊണ്ട്
അലങ്കരിച്ചിരിക്കുന്നു .

ആ സ്ത്രീയുടെ രൂപം നഗ്നമായിരുന്നു .

കറുത്ത നിറമായിരുന്നു ആ രൂപത്തിന് .

ആ രൂപം ഇരുന്നത് ടേബിളിലോ പാറയുടെ മുകളിലോ
ഒന്നും ആയിരുന്നില്ല .

മനുഷ്യതലയോടുകൾകൊണ്ട് നിർമ്മിച്ച ഒരു കൂനയുടെ
മുകളിൽ ആയിരുന്നു .

അവിടെ ഒരു കുരിശ് പോലും ഞാൻ കണ്ടില്ല

മാതാവിനെ കണ്ടില്ല

പുണ്യാളനെ കണ്ടില്ല .

ഇത് ഒരു ക്രൈസ്തവ പള്ളി അല്ല .

ഇത് മറ്റെന്തോ ആണ് .

രാമൻ അച്ചന്റെ കൈ തട്ടി മാറ്റി . അയാളുടെ മുഖം
ഭയം കൊണ്ട് ഇരുണ്ടു . ചുറ്റിലും വർണ്ണവലയങ്ങൾ
അയാൾ കണ്ടു . ഭയം ഉച്ചസ്ഥായിയിൽ എത്തി . ആ
ഹാൾ അലങ്കരിച്ചിരിക്കുന്നത് മുഴുവൻ തലയോടുകൾ
കൊണ്ടാണ് .

അയാൾ ആലിലപോലെ വിറക്കാൻ തുടങ്ങി .

അച്ചൻ അയാളെ പിടിച്ചു .

പക്ഷെ അയാൾ അച്ഛന്റെ കൈകൾ തട്ടി മാറ്റി .

പിന്നെ അച്ഛനിൽ നിന്നും ദൂരേക്ക് മാറി .

"എന്താ ഇത് , ഇതൊക്കെ എന്താണ് ? എനിക്ക് ..
എനിക്ക് ഒന്നും മനസ്സിലാകുന്നില്ല ."

രാമന്റെ ശബ്ദം ഉച്ചത്തിൽ ആയിരുന്നു .

അച്ഛന് മനസ്സിലായി ,

അവൻ എല്ലാം മറന്ന് പോയിരിക്കുന്നു .പണ്ട് ഇവിടെ
വന്നത് , താമസിച്ചത് . എല്ലാം...

അവന് ഇപ്പോൾ ഇവിടുത്തെ ഒന്നും അറിയില്ല ,
ആരേയും , ഒന്നിനേയും അറിയില്ല .വളർന്നപ്പോൾ
എല്ലാം മറന്ന് പോയിരിക്കുന്നു .

" രാമാ ഡോണ്ട് പാനിക് , റിലാക്സ് , ദാ ആ ചെയറിൽ
ഇരിക്കൂ . പ്ലീസ് , "

"ദയവായി ഇരിക്കൂ ."

അച്ഛൻ എന്റെ തോളിൽ പിടിച്ചു .

ഞാൻ കുതറി മാറാൻ ശ്രമിച്ചു .

" ഇവിടെ ഇരിക്കൂ "

അത് ആജ്ഞ ആയിരുന്നു .

അച്ഛൻ എന്റെ കൈയിൽ പിടിച്ചു .

ഞാൻ അറിയാതെ ഇരുന്നു .

ഞാൻ ഒരു പോലീസുകാരനാണ് ,പക്ഷേ എനിക്ക്
ഒന്നും ചെയ്യുവാൻ ആകുമായിരുന്നില്ല . ഞാൻ ഭയന്നു .

പേടി തലച്ചോറിനെ കീഴ്പ്പെടുത്തികളഞ്ഞു .

ഞാൻ ആ കസേരയിലേക്ക് അമർന്നു .

"പാരി ....."

അച്ചൻ ഉറക്കെ വിളിച്ചു .

അവിടേക്ക് ഒരാൾ ഓടിയെത്തി .

വെള്ള വസ്ത്രം ധരിച്ച അയാളുടെ പേര് പാരി
എന്നാണെന്ന് തോന്നുന്നു .

"കുറച്ച് വെള്ളം കൊണ്ട് വാ "

പാരി വന്ന പോലെ തിരികെ ഓടി

അതേ വേഗത്തിൽ തിരികെ വന്നു . കൈയ്യിൽ ഒരു
ഓട്ടുപാത്രം ഉണ്ടായിരുന്നു .

പാരി അത് എന്റെ നേരെ നീട്ടി .

" കുടിക്ക് "

അച്ചൻ ആജ്ഞാപിച്ചു .

അച്ചന്റെ വാക്കുകൾക്ക് വലിയ കട്ടിയായിരുന്നു .
ശക്തി ആയിരുന്നു .

ഞാൻ അത് അറിയാതെ വാങ്ങി കുടിച്ചു .

കുടിച്ചു മുഴുവിക്കുന്നതിന് മുൻപേ ബോധം മറയുന്ന
പോലെ തോന്നി . ഭൂമി കുലുങ്ങുന്ന പോലെ .

ഊരുകാട്

കസേരയോട് കൂടി ഞാൻ ഭൂമിയിൽ പതിച്ചു .

സമയം എത്ര കഴിഞ്ഞു , അറിയില്ല , ഒരുപാട് ...
മണിക്കൂറുകൾ കഴിഞ്ഞെന്ന് തോന്നുന്നു . എനിക്ക്
ബോധം വന്നു . ഞാൻ പതിയെ എഴുന്നേറ്റിരുന്നു .

അപ്പോൾ എന്നെ രണ്ട് കൈകൾ
താങ്ങുന്നുണ്ടായിരുന്നു .

അത് ഡയാനയാണ് .

കണ്ണുകളുടെ മങ്ങൽ മാറിത്തുടങ്ങി . അത് ഡയാന
തന്നെ , അടുത്ത് പാരിയുണ്ട് . അച്ഛനെ കാണുന്നില്ല .
ഞാൻ അവളുടെ മാർദവമായ കൈകളാൽ
ഉയർത്തപ്പെട്ടു . വീണ്ടും കസേരയിലേക്ക് അമർന്ന
എന്നെ അവൾ ഓട്ടുപാത്രത്തിലെ വെള്ളം കുടിപ്പിച്ചു .

 കുറച്ചുനേരം ഞാൻ അങ്ങനെ ഇരുന്നു . ക്ഷീണം
കുറക്കാനും നാണക്കേട് മറയ്ക്കാനും അത്
ഉപകരിക്കമെന്ന് ഞാൻ കരുതി . പക്ഷെ അവൾ
ചോദിച്ച് തുടങ്ങി .

"എന്ത് പറ്റി , ഇങ്ങനെ ഉണ്ടാവാറുണ്ടോ ?"

ഞാൻ അവളെ നോക്കി

പാരിയെ നോക്കി

അല്ല , കളിയാക്കിയതല്ല .

സമാധാനം .

"ഇല്ല , ക്ഷീണം കൊണ്ടാവും , ഇന്നലെ രാത്രിയിൽ
ഒന്നും കഴിച്ചില്ല , പിന്നെ രാവിലെ വരെ കിടന്നുറങ്ങി .
ഇപ്പാ വരെയും കഴിച്ചില്ല , അതിന്റെ ആകും "

ഞാൻ പറഞ്ഞു .

രാത്രിയിൽ കോഴി പൊരിച്ചടിച്ച മണം ഇപ്പോഴും കൈയ്യിൽ നിന്നും പോയിട്ടില്ല . അത് അവളറിയാതിരിക്കാൻ ഞാൻ കൈ ചുരുട്ടി വെച്ചു . പിന്നെ മുഖം ഒരു പാവത്തിന്റെ ഭാവം പൂശി , അവളെ നോക്കിയിരുന്നു .

അത് കേട്ട് , അവൾക്ക് കൂടുതൽ വിഷമമമായി . അത് അവളുടെ മുഖം കാണിച്ചുതരുന്നുണ്ടായിരുന്നു .

"ഞങ്ങൾ അടുത്തില്ലേ , ഒന്ന് ഉറക്കെ വിളിച്ചിരുന്നേൽ ഞാനറിയില്ലേ , ഇങ്ങനെ പട്ടിണി കിടക്കണോ ? "

അവളുടെ മുഖം കൂടുതൽ ഇരുണ്ട് തുടങ്ങി .

" അയ്യോ , അങ്ങനെ അല്ല , ഞാൻ എല്ലാം ഉണ്ടാക്കി , കഴിക്കാൻ തോന്നിയില്ല , അത്രേ ഉള്ളു ."

ഞാൻ പ്രശ്നം വഷളാവുന്ന കണ്ട് പറഞ്ഞു .

" അപ്പൊ മനപ്പൂർവ്വം കഴിക്കാതെ ഇരുന്ന് ബോധം പൊക്കിയതാ ..."

ഡയാന ചോദിച്ചു .

അത് കളിയാക്കലായിരുന്നില്ല , നിഷ്കളങ്കമായ ചോദ്യമായിരുന്നു .

അത് അവളുടെ മുഖം പറയുന്നത് ഞാൻ മനസ്സിലാക്കി.

" അല്ല , ഒരു മടി , പിന്നെ വായിച്ചിരുന്നു .സമയവും അങ്ങ് പോയി , പിന്നെ കിടന്ന് ഉറങ്ങി "

ഞാൻ പറഞ്ഞു .

ഊരുകാട്

" ഇനി ,കഴിച്ചിട്ട് പോയാ മതി , ഇനി എന്നും ഇവിടുന്നാ ഭക്ഷണം "

അതും പറഞ്ഞു ,ചിരിച്ചുകൊണ്ട് അവൾ നടന്ന് പോയി.

ഞാൻ അവളെ തന്നെ നോക്കി നിന്നു . എവിടെയോ കണ്ട് മറന്ന മുഖം .

ഞാൻ ഓർത്തു .

എനിക്ക് എന്താണ് സംഭവിച്ചത് .

ഓർമ്മയിലേക്ക് ഒന്നും വന്നില്ല .

ഡയാന , അവളുടെ കൂടെ വന്നത് ഓർമ്മയുണ്ട് .

പിന്നെ അച്ഛനെ കണ്ടോ ? ഒന്നും ഓർക്കാൻ കഴിയുന്നില്ല .

ഞാൻ തലയിൽ കൈകൾ വെച്ച് അങ്ങനെ ഇരുന്നു .

"രാമാ ... " ഒരു വിളി .

ഞാൻ തല ഉയർത്തി നോക്കി .

അച്ഛൻ

പക്ഷേ ആ ശബ്ദം .

അത് എന്റെ നെറ്റി ചുളിപ്പിച്ചു .

അച്ഛന്റെ പുറകിൽ മറ്റാരോ ...

ഫാദർ കാട്ടിൽ ജോസഫ് .

വീണ്ടും ഞാൻ പുറകോട്ട് മറിഞ്ഞു .

കുറച്ചുസമയശേഷം

ഞാൻ വീണ്ടും ഉണർന്നു .

ചിരിച്ചുകൊണ്ട് ഡയാന വീണ്ടും മുന്നിൽ .

എനിക്ക് നാണക്കേട് തോന്നി .

ഞാൻ എഴുന്നേറ്റിരുന്നു .

അതാ പുറത്ത് നിന്ന് ആ ശബ്ദം , അത് അച്ചനാണ് ,

ഫാദർ കാട്ടിൽ ജോസഫ് .

ഞാൻ പെട്ടന്ന് ഒരു കൊച്ച് കുട്ടിയെ പോലെ
പുറത്തേക്ക് ഓടി .

അതെ അത് ഫാദറാണ് .

അത് ഫാദർ ആണ് .

ഞാൻ ആവേശത്തിന്റെ കൊടുമുടിയിലായിരുന്നു .

ഞാൻ അദ്ദേഹത്തെ കെട്ടിപ്പുണർന്നു . ഒരു
കുട്ടിയെപ്പോലെ വാ വിട്ട് കരഞ്ഞു .

എല്ലാം മറന്ന് ഉറക്കെ കരഞ്ഞു .

അദ്ദേഹം എന്നെ ഇരു കൈകൾകൊണ്ടും
സ്നേഹത്തോടെ ഇറുക്കി അണച്ചു .

"ഞാൻ കഴിക്കാനെടുക്കട്ടെ "

വീണ്ടും ഡയാന

അവളുടെ ശബ്ദം ഞങ്ങളെ വേർപിരിച്ചു .

" അവര് സംസാരിക്കട്ടെ , അവർക്ക് കുറച്ച് സമയം കൊടുക്കാം "

അച്ചൻ എന്നേയും ഫാദറിനേയും നോക്കി പറഞ്ഞു .

" ശരി അച്ചോ "

ഡയാന പറഞ്ഞു .

പിന്നെ എന്നെ നോക്കി പുഞ്ചിരി തൂകി അകത്തേക്ക് പോയി .

അവളെ പിന്തുടർന്ന് അച്ചനും , പാരിയും

ആ മുറിയിൽ ഞാനും ഫാദറും മാത്രം .

ഒരു വട്ടമേശയുടെ ഇരുപുറം ഞങ്ങൾ ഇരിക്കുകയാണ്. ഫാദർ കുറേ നേരം എന്നെ നോക്കിയിരുന്നു . പിന്നെ എന്റെ കൈകളിൽ പിടിച്ചു . ആ കണ്ണുകളിൽ എന്ത് ഭാവം ? അറിയില്ല . പക്ഷേ എനിക്ക് ഒരുപാട് ചോദിക്കാനുണ്ടായിരുന്നു . എവിടെ തുടങ്ങും . അറിയില്ല . ഫാദറും മിണ്ടുന്നില്ല .

" ഫാദർ ... "

ഞാൻ തുടങ്ങി വെച്ചു .

" ഉം .."

ഫാദർ ഒന്ന് മൂളി .

പിന്നെ ചെറുതായി ഒരു ചിരി ആ മുഖത്ത് തെളിഞ്ഞത് എനിക്ക് ആശ്വാസം നൽകി .

" നിനക്ക് ഒരുപാട് ചോദ്യങ്ങൾ ഉണ്ട് , അറിയാം "

ഫാദർ പറഞ്ഞു തുടങ്ങി .

അദ്ദേഹം പറയുന്ന ഓരോ വാക്കുകളും, എനിക്കല്ല ആർക്കും ഉൾക്കൊള്ളാൻ കഴിയാത്ത ഒന്നായിരുന്നു .

ഏതാണ്ട് ഒരു മണിക്കൂറോളം അത് നീണ്ടു .

ഒരു വാക്ക് പോലും ഇടയിൽ ഞാൻ പറഞ്ഞില്ല .

പറയാൻ എനിക്ക് ഒന്നുമുണ്ടായിരുന്നില്ല എന്നതാണ് വാസ്തവം .

അദ്ദേഹം കസേരയിൽ നിന്നും എഴുന്നേറ്റു .

ഞാനും

എന്റെ കൈകൾ രണ്ടും നെഞ്ചോട് ചേർത്ത് പിടിച്ച് അദ്ദേഹം അങ്ങനെ നിന്നു .

എന്റെ വളർത്തച്ഛൻ

ഞാൻ ഒരു കുട്ടിയായത് പോലെ .

എന്റെ തലയിൽ തലോടി അദ്ദേഹം ചോദിച്ചു.

"എന്നെ ഒരു പ്രാവിശ്യം 'അച്ഛൻ' എന്ന് വിളിക്കാമോ ?"

അത് പറയുമ്പോൾ ആ കണ്ണുകളിൽ ഞാൻ എന്റെ ബാല്യം കാണുകയായിരുന്നു .

പക്ഷേ ...

എനിക്ക് ഒന്നിനും കഴിഞ്ഞില്ല .

ഊരുകാട്

ഞാൻ ഒരു വാക്കുപോലും പറഞ്ഞില്ല .

രണ്ട് മൂന്ന് മിനിട്ടുകൾ ഞങ്ങളങ്ങനെ നിന്നു .

പിന്നെ അദ്ദേഹം എന്നെ ഒന്ന് ഇറുക്കി പുണർന്നു .

പെട്ടന്ന് എന്നെ തള്ളി മാറ്റി പുറത്തേക്ക് പോകാൻ
തുനിഞ്ഞു .

" ഫാദർ ...."

ഞാൻ വിളിച്ചു .

ഫാദർ നിന്നു .

എന്നെ നോക്കി ,

പിന്നെ പറഞ്ഞു .

" ഇനി ഫാദരല്ല ,അത് കഴിഞ്ഞു , ഇനി ഡാനിയൽ ,
ബംഗ്ലാവിൽ ഡാനിയൽ അങ്ങനെ വിളിച്ചാൽ മതി .
ഞാൻ പറഞ്ഞില്ലേ പുതിയ കഥ ,പുതിയ ജീവിതം .
ഇത് ഇനി പുതിയ ജീവിതം , ഡാനിയൽ "

ഫാദർ പുറത്തേക്ക് നടന്നു

അല്ല

ബംഗ്ലാവിൽ ഡാനിയൽ പുറത്തേക്ക് നടന്നു .

ഞാൻ അത് നോക്കി നിന്നു . പിന്നെ കസേരയിലേക്ക്
ഇരുന്നു .

മറുതലയിൽ ഒഴിഞ്ഞ കസേര എന്നെ തന്നെ
നോക്കിയിരിക്കുന്നു .

ഒരു വലിയ ആൽമരത്തിന്റെ വേരുകൾ പോലെ പിണഞ്ഞുകിടക്കുന്ന കഥ പറഞ്ഞ കസേര .

എത്ര നേരം ഞാൻ അങ്ങനെ ഇരുന്നു , അറിയില്ല

എന്റെ തോളിൽ ആരുടേയോ കരങ്ങൾ തലോടി

അച്ചൻ

" ഡാനിയൽ പോയി .

യൂറോപ്പിൽ .

ഇനി അറുപത് വർഷം "

അച്ചൻ പറഞ്ഞു .

" അറുപത് വർഷം അത് വളരെ നീണ്ട് പോയില്ലേ ? "

ഞാൻ ചോദിച്ചു .

" ഉം .. പക്ഷേ അത് വേണം , അത് വേണം . കടമ . "

എന്റെ കൈ പിടിച്ച് എഴുന്നേൽപ്പിച്ചു കൊണ്ട് അച്ചൻ പറഞ്ഞു .

പുറത്ത് ഡയാന എന്നെ കാത്ത് നിൽപ്പുണ്ട് .

അവളുടെ മുഖം എന്നെ സന്തോഷിപ്പിച്ചു .

" കഴിക്കാം "

അവൾ പറഞ്ഞു .

"ഉം ..."

ഞാൻ മൂളി

ഊരുകാട്

അവൾ എനിക്ക് ആഹാരം വിളമ്പി .

ഞാൻ കഴിക്കുന്നു .

ഞാൻ കഴിക്കുന്നതും നോക്കി അവൾ നിൽക്കുന്നു .

നിശബ്ദം

അൽപ്പ സമയം അത് തുടർന്നു .

ഞാൻ തല ഉയർത്തി അവളെ നോക്കി .

അവൾ പുഞ്ചിരിച്ചു .

ഡയാന സംസാരം തുടങ്ങി .

" ഒന്നും മനസ്സിലായില്ല ,അല്ലേ , അച്ചൻ പറഞ്ഞിരുന്നു .
കഴിക്കൂ . ഓരോന്ന് ഓരോന്നായി ഞാൻ വിവരിക്കാം ,
ആദ്യം കഴിക്കൂ .. "

ഞാൻ മൂളി....

പിന്നെ കഴിപ്പ് തുടർന്നു .

ഭാഗം : ഏഴ്

ഇഷ്ടം

ഊരുകാട്

അവളുടെ മനോഹരമായ ശബ്ദം, രണ്ട് മൂന്ന് ദിവസം കൊണ്ട് ഞാൻ അതിന് അടിമയായിരിക്കുന്നു. ആ ശബ്ദം എന്തോ ഒരു സന്തോഷമാണ്. ഒരു സമാധാനമാണ് .

മാലിനി

മൂന്ന് ദിവസം കൊണ്ട് അവൾ അമ്മക്ക് മാത്രമല്ല എനിക്കും പ്രീയപ്പെട്ടവളായി .

വേലക്കാരിയോടുള്ള ആ പ്രണയമല്ല

മറ്റെന്തോ

അവൾക്ക് എന്തോ ഒരു ആകർഷണമുണ്ട് .

അമ്മക്ക് എന്തിനും അവൾ വേണം .

നല്ല പോലെ ആഹാരമുണ്ടാക്കും . വീട് നോക്കും

നല്ല വൃത്തി ,എല്ലാ കാര്യത്തിലും

അമ്മക്ക് അങ്ങനെ എല്ലാ പെൺകുട്ടികളേയും ഇഷ്ടമാകുന്നതല്ല .

മാലിനി അത് തിരുത്തി . അവൾ വായിക്കും, അവൾ ഡ്രൈവ് ചെയ്യും ,എന്താണ് ചെയ്യാത്തത്

ഡാനിയൽ പഠിപ്പിച്ചതാണ് എന്നാണ് അവൾ പറഞ്ഞത്.

ഇപ്പൊ അവളാണ് അമ്മയുടെ സാരഥി.

അമ്മ സന്തോഷത്തിൽ

അതുകൊണ്ട് ഞാനും സന്തോഷത്തിൽ .

ഒരു ആണിനെ വശത്താക്കാൻ രണ്ട് വഴികളുണ്ട്

അമ്മയും ആഹാരവും

അവൾക്ക് രണ്ടുമുണ്ട് .

എനിക്കവളെ ഇഷ്ടമായി .

ഹരീ ... ഹരിക്കുട്ടാ ....

അമ്മ വിളിക്കുന്നു .

   " എന്താ ... അമ്മേ ? "

   " ഞാനും മാലിനിയും പഴയ വീട്ട്പറമ്പ്   വരെ
പോകുവാ ... നീപുറത്ത് പോകുന്നില്ലെങ്കിൽ ,വണ്ടിയിൽ
പോകാരുന്നു , വണ്ടി അവളെടുക്കും.   അവൾക്ക്
ഓടിക്കാനൊക്കെ അറിയാം . "

   "അതിന് എന്താ ...അമ്മേ "

ഞാൻ ചിരിച്ചു കൊണ്ട് പറഞ്ഞു .

   " അപ്പോ വാടി കൊച്ചേ ... താക്കോല് ഇവൾക്ക്
കൊടുക്ക് ഹരീ... "

അമ്മ   അകത്തേക്ക്   നോക്കി   പറഞ്ഞുകൊണ്ട്
പുറത്തേക്ക് ഇറങ്ങി .

ഞാൻ മുറിയിൽ നിന്നും താക്കോൽഎടുത്തുകൊണ്ട്
വന്നു.അവൾ ,അമ്മ എന്നെകൊണ്ട് കഴിഞ്ഞ ദിവസം
വാങ്ങിപ്പിച്ച   മഞ്ഞ   ചുരിദാറിൽ   സുന്ദരിയായി
കാണപ്പെട്ടു.

71

ഊരുകാട്

താക്കോൽ കൊടുക്കുമ്പോൾ അറിയാതെയോ അറിഞ്ഞോ എന്റെ കൈവിരലുകൾ അവളുടെ കൈയ്യിൽ തൊട്ടു .

ഷോക്കേറ്റ പോലെ അവൾ കൈ പിന്നോക്കം വലിച്ചു. ഞാനും

അവൾ ചെറുപുഞ്ചിരി നൽകികൊണ്ട് പുറത്തേക്ക് പോയി , ഞാൻ ചിരിച്ചുകൊണ്ട് അകത്തേക്കും .

അവർ പോയി

എന്താണെന്ന് അറിയില്ല , എനിക്ക് അവളെക്കുറിച്ച് ചിന്തിക്കാതിരിക്കാൻ കഴിഞ്ഞില്ല .

അവളുടെ ചിന്തയിലൂടെ ഡാനിയലിനെ ഓർമ്മവന്നു.

'ബംഗ്ലാവിൽ ഡാനിയൽ'

ഈ മനുഷ്യൻ ,എവിടെ പോയി

എല്ലാം എന്റെ പേരിലേക്ക് മാറ്റിഎഴുതി ,

ഒരു രൂപ പോലും വാങ്ങിയില്ല , ഇനി എന്ന് വരുമെന്നും അറിയില്ല

 ഒരു കത്ത് ഏതോ ഒരാളുടെ കൈയ്യിൽ കൊടുത്ത് വിട്ടു .

അതിലോ , 'പെട്ടന്ന് പോകേണ്ടി വന്നു' അത്ര മാത്രം .

ആ എന്തായാലും വരുമല്ലോ അപ്പൊ നോക്കാം .

പക്ഷേ ..

ആ പുരുഷൻ എവിടെ ?

കുറേ ദിവസമായി അവനേയും കാണാനില്ല .

പല കാര്യങ്ങൾ മനസ്സിലൂടെ ഓടിക്കൊണ്ടിരുന്നു .

പുതിയ ഇടം , മനോഹരം

സമാധാനം , സന്തോഷം

എനിക്ക് ഏറ്റവും ഇഷ്ടമായത് ഏകാന്തമായ ചുറ്റുപാടാണ് .

സ്വകാര്യത അത്രമേൽ പ്രീയപ്പെട്ടത്.

പെട്ടന്ന് ബെല്ലടി കേട്ടു .

സൈക്കിൾ

അത് പുരുഷനാവും

ഇവനാള് കൊള്ളാം !

ഒന്ന് ഓർത്തപ്പോൾ ആള് മുമ്പിൽ .

ഞാൻ പുറത്തേക്ക് ചെന്നു .

പുരുഷനല്ല , മറ്റൊരാൾ ,

പക്ഷേ

ആ സൈക്കിൾ , അത് പുരുഷന്റെ തന്നെ

   " ആരാ ? "

ഞാൻ സംശയത്തോടെ ചോദിച്ചു .

   "അത് .. ഞാൻ പാരി , പുരുഷൻ പറഞ്ഞിട്ട് വന്നതാ , പുള്ളി ഒരു യാത്ര പോയി , ഒരു സ്ഥലം വാങ്ങുന്ന കാര്യം പറഞ്ഞിരുന്നു . അവിടെ ഊരുകാട്ടില് "

" ആ , ശരി ,അവൻ എവിടെ പോയതാ ? എന്ന് വരും "

ഞാൻ വീണ്ടുംചോദിച്ചു .

പാരി തുടർന്നു .

"അത് അറിയില്ല , അച്ചൻ എവിടോ പറഞ്ഞുവിട്ടതാ , കൊറച്ചു ദിവസം പിടിക്കുമെന്ന് തോന്നുന്നു. പാസ്പോർട്ടൊക്കെ എടിപ്പിച്ചാരുന്നു "

" ഉം , അവൻ ഒന്നും പറഞ്ഞില്ല ? "

"ആ പെട്ടന്നായിരുന്നു, എല്ലാം അച്ചനാ , ടിക്കറ്റ് കൈയ്യിൽ കിട്ടിയപ്പോളാ പുള്ളി കാര്യമറിഞ്ഞേ , എങ്ങോട്ടാണെന്ന് അറിയില്ല , വായിൽ കൊള്ളാത്ത പേരാ പോയ സ്ഥലത്തിന് ."

പാരി പറഞ്ഞുനിർത്തി .

" ഉം , ശരി . അവിടെ എന്തെങ്കിലും ശരിയായയോ ? "

"ഒരു സ്ഥലം റെഡിയാ , പുരുഷൻ അച്ചനോട് പറഞ്ഞാരുന്നു . പിന്നെ ഇന്നലെ അച്ചൻ എന്നോട് ഇവിടെ വന്ന് സാറിനെ കാണാൻ പറഞ്ഞു, വന്ന് കണ്ട് വില പറഞ്ഞോളാനും പറയാൻ പറഞ്ഞു , അങ്ങനാ ഞാൻ വന്നെ "

എനിക്ക് സന്തോഷം തോന്നി .

പുരുഷൻ വാക്ക് പാലിച്ചിരിക്കുന്നു .

" പിന്നെ എന്താ , ഞാൻ വരാം ,"

ഞാൻ പറഞ്ഞു

" അപ്പൊ ശരി , ഞാൻ പൊക്കോട്ടെ , എനിക്ക് പള്ളീലാ ജോലി , ചെന്നിട്ട് ഒരുപാട് പണി ബാക്കി കിടക്കുന്നു ."

" ശരി "

പാരി , സൈക്കിൾ ഒന്ന് വട്ടംകറക്കി പൊടിപറത്തി പാഞ്ഞ് പോയി .

അവൻ ഒരു ബുള്ളറ്റോടിക്കുന്ന ഗമയിൽ പോകുന്നത് നോക്കി ഞാൻ നിന്നു .

കുറച്ച് നേരം അങ്ങനെ നിന്നശേഷം ഞാൻ മുറ്റത്തേക്ക് ഇറങ്ങി .

പുറകുവശത്തെ ഗ്ലാസ്മുറിയിൽ ഒരു നല്ല സോഫയുണ്ട്. അത് എനിക്ക് ഒരുപാട് ഇഷ്ടമായിരുന്നു. ഗ്ലാസ് റൂം എന്നാൽ മൊത്തം ഗ്ലാസ് അല്ല   മനോഹരമായ ഒരു ഒറ്റമുറി വീട് എന്ന് പറയണം .

ഞാൻ ആ സോഫയിൽ ഇരുന്നു .

അവിടെ നിന്ന് നോക്കിയാൽ ഒഴുകുന്ന അമ്മിണിചേല കാണാം.

ആ   പേരിനെ   കുറിച്ച്   ഒരിക്കൽ   പുരുഷനോട് ചോദിച്ചിരുന്നു , പക്ഷേ അവൻ അത് പറഞ്ഞില്ല .

ആ മുറിയിൽ പുസ്തകങ്ങൾ വെക്കാൻ പുതുതായി ഞാൻ ഒരു അലമാരി കൂടി ഒരുക്കിയിരുന്നു . കുറച്ച് പുസ്തകങ്ങളും .

സോഫയിൽ ഇരുന്നപ്പോഴും മഞ്ഞ ചുരിദാറായിരുന്നു മനസ്സിൽ .

അവൾ മനസ്സിൽ കയറി ഇരുപ്പ് ഉറപ്പിച്ചോ , അറിയില്ല

അവൾ ഉണ്ടാക്കുന്ന ഭക്ഷണം ,അമ്മയോട് അവൾ കാണിക്കുന്ന സ്നേഹം ,അമ്മക്ക് അവളോടുള്ള ഇഷ്ടം ആ സുന്ദരമായ കണ്ണുകൾ ,ചിരി ,ആ നിറം

എന്താണ് അവളെ എന്റെ   മനസ്സിലേക്ക് വലിച്ച് കയറ്റിയത് .

അമ്മയും ഭക്ഷണവും ചിലപ്പോൾ അതാവും

അമ്മ അവളെ ഇഷ്ടപ്പെടുന്നു .

ഭക്ഷണമെന്നാൽ വായിലൂടെ മനസ്സിലേക്ക് എന്നാണണെല്ലോ

ഈ ആലോചനകൾ ഉള്ളിന്റെ ഉള്ളിൽ അവളോട് പ്രണയമുണ്ടാക്കുന്നതായി എനിക്ക് തോന്നി .

എന്തോ ഒരു സുഖം മനസ്സിൽ നിറയുന്നു .

അവർ വന്നിട്ട് വണ്ടിയുമായി അച്ചനെ കാണാൻ പോകണം .

പിന്നെ അവളുടെ കാര്യം , അമ്മയോട് ഇന്ന് തന്നെ അവതരിപ്പിക്കണം .

അവർ വരട്ടെ .

പെട്ടന്ന്

പുറത്ത് ഹോൺ മുഴങ്ങി .

ഞാനൊന്ന് ഞെട്ടി .

അവരാണ്

അവർ വന്നു .

ഞാൻ ഗ്ലാസ് ഭിത്തിയുടെ പുറത്തേക്ക് നോക്കി .

അവളാണ് ഡ്രൈവിംഗ് സീറ്റിൽ .

മനോഹരമായി ഓടിക്കുന്നു . പുറകുവശത്തക്ക് മാറ്റി അവൾ വണ്ടി പാർക്ക് ചെയ്യ്തു .

അവൾ എന്നെ കണ്ടു ,

ആ മുഖത്ത് ഒരു ചെറു ചിരി പടരുന്നത് ഞാനും കണ്ടു.

അവൾ അമ്മയെ വിളിച്ച് എന്നെ കാട്ടികൊടുത്തു .

അമ്മ എന്നെ നോക്കി കൈ വീശി . ഞാൻ അമ്മയെ കൈയാട്ടി വിളിച്ചു .

അമ്മ വണ്ടിയിൽ നിന്നിറങ്ങി എന്റെ അടുത്തേക്ക് വന്നു .

അവൾ സാധനങ്ങൾ എടുത്ത് അകത്തേക്ക് പോയി.

"എന്താ ഹരിക്കുട്ടാ , ഇവിടെ , പുസ്തകം വായനയാണോ ? " ഇതും ചോദിച്ചുകൊണ്ട് 'അമ്മ അകത്തേക്ക് കയറി .

ഞാൻ ചിരിച്ചു .

"'അമ്മ നല്ല സന്തോഷത്തിലാണണല്ലോ ?"

"ഇപ്പൊ എനിക്ക് എന്തെകിലും പറയാൻ എപ്പോഴും ആളൊണ്ട് . അവള് കൊള്ളാം ,എനിക്ക് അങ്ങ് ഇഷ്ടപ്പെട്ടു . "

"ഉം .. അപ്പൊ ഇനി എന്റെ ആവിശ്യം ഇല്ലല്ലോ ? "

ഞാൻ ചിരിച്ചുകൊണ്ട് ചോദിച്ചു .

" പോടാ ..."

അമ്മ എന്റെ തോളിൽ അടിച്ചു.

" അവള് നല്ല കൊച്ചാ ,"

"അതെ നീ ഇങ്ങനെ നടന്നാമതിയോ ,ഒരു കല്യാണം ശരിയാക്കണ്ടേ , ആ പുരുഷനെയാണേൽ കാണാനും ഇല്ല "

"അവൻ ഇനി കുറച്ചുനാളത്തേക്ക് ഇങ്ങോട്ട് വരത്തില്ല, ഏതോ ദൂരനാട്ടിൽ പോയെന്ന് കുറച്ച് മുന്നേ ഒരാള് വന്ന് പറഞ്ഞു . "

ഞാൻ പറഞ്ഞു

" ശ്ശെടാ , ഇവനെ എന്താ പറയണ്ട , ഒന്ന് പറഞ്ഞേച്ചു പോകുകേല , ഇനി കല്യാണ കാര്യം ഞാൻ ആരോട് പറയും "

അമ്മ ദീർഘശ്വാസം വിട്ടു.

"എനിക്ക് ഒരു കാര്യം അമ്മയോട് പറയാനുണ്ടായിരുന്നു,"

"എന്ത് ?"

" വേറൊന്നുമല്ല , അടുത്ത ആഴ്ച്ച എനിക്ക് പോണം , അത്രതന്നെ "

"അടുത്ത ആഴ്ച്ചയോ ? അപ്പൊ നീ പോയിട്ട് ആറ്മാസം കഴിഞ്ഞേ ഇനി വരതുള്ളോ?, അപ്പൊ കല്യാണം?"

അമ്മ ചോദിച്ചു .

ആ ശബ്ദം ഇടറിയിരുന്നു .

ഞാൻ ചെറുതായി ചിരി വരുത്തി .

അമ്മയെ സങ്കടപ്പെടുത്തുന്നത് എനിക്ക് വലിയ വിഷമമാണ് .

"അങ്ങനെ അല്ല , പോയിട്ട് ഞാൻ രണ്ട് ആഴ്ച്ച കഴിയുമ്പോൾ തിരികെ വരും , പിന്നെ ഒരു പെണ്ണിനെ ഞാൻ കണ്ടും വെച്ചു, അമ്മക്ക് ഇഷ്ടമായില്ലേ നമുക്ക് വേറെ നോക്കാം"

ഞാൻ പറഞ്ഞു .

" ആണോ ...."

അമ്മ സന്തോഷം കൊണ്ട് എന്നെ കെട്ടിപ്പിടിച്ചു .

" ആരാ ?"

"എവിടുന്നാ പെണ്ണ് ?"

" ഫോട്ടോ ഉണ്ടോ?

അമ്മ തുടരെ തുടരെ ചോദ്യങ്ങൾ എറിഞ്ഞുകൊണ്ടിരുന്നു

" നിക്ക് ,നിക്ക് ഞാൻ പറയട്ടെ "

" ആ ശരി , പറ ?"

അമ്മ എന്നെ ആകാംഷയോടെ നോക്കികൊണ്ട് പറഞ്ഞു .

"എനിക്ക് കാശും വലിയ പഠിപ്പും ഒന്നുമല്ല വേണ്ടത് , നമ്മുടെ വീട്ടിന് ഇണങ്ങുന്ന , അമ്മയെ നല്ലപോലെ നോക്കുന്ന,ഈ വീടും ഇവിടുത്തെ എല്ലാം നോക്കിനടത്താൻ കെൽപ്പുള്ള , പിന്നെ എന്നെ സ്നേഹിക്കാൻ കഴിയുന്ന ഒരു പെണ്ണ് "

"ശരി , പറ ആരാണ് "

അമ്മക്ക് ആവേശമടക്കാൻ പറ്റുന്നില്ലെന്നുതോന്നി.

ഞാൻ തുടർന്നു .

" ഞാൻ പറഞ്ഞുവന്നത് , മാലിനിയെ കുറിച്ചാണ് . ഇനി അമ്മ പറയണം "

അമ്മ കുറച്ചുനേരം അങ്ങനെ നിന്നു .

പിന്നെ പറഞ്ഞു .

" എടാ ,അത് , അത് ശരിയാകുമോ , എനിക്ക് ഒരു കാര്യം പറയാനുണ്ട് ." അമ്മ പറഞ്ഞു തുടങ്ങിയതിനെ ഞാൻ വിലക്കിക്കൊണ്ട് തുടർന്നു .

" അമ്മേ , എനിക്ക് അവളോട് പ്രേമമോ ,അങ്ങനെ ഒന്നുമില്ല , അവള് കൊള്ളാം ,നല്ല സ്വഭാവം , അമ്മയെ നോക്കിക്കോളും , ഈ വീടിനും നമുക്കും പറ്റിയ പെണ്ണാണെന്ന് തോന്നി , അത് ഞാൻ അമ്മയോട് പറഞ്ഞു .അത്രേ ഉള്ളൂ . ഇല്ലെങ്കിൽ നമുക്ക് വേറെ നോക്കാം "

ഞാൻ പറഞ്ഞുനിർത്തി .

" ഡാ , എനിക്ക് ഒരു കുഴപ്പോം ഇല്ല , എനിക്ക് അവളെ ഭയങ്കര ഇഷ്ടവും ആണ് , നല്ല സ്വഭാവം ,നല്ല വൃത്തി ,അടക്കോം ഒതുക്കോം ,നിന്നോട് ഞാൻ പറയണമെന്നും വിചാരിച്ചതാ , പിന്നെ വേണ്ടാന്ന് വെച്ചു"

" അതെന്താ ? " ഞാൻ ചോദിച്ചു .

അമ്മ തുടർന്നു .

" അന്ന് , ഈ വീട് പാല്കാച്ചലിന്റെ അന്ന് ആ പുരുഷനില്ലേ , അവൻ ഈ പെങ്കൊച്ചിനെ കുറിച്ച് കൊറേ പറഞ്ഞു . അവൻ കല്യാണം കഴിക്കുമെന്നും , അവന് ഭയങ്കരസ്നേഹമാണെന്നും അവന്റെ സ്ഥലകാരി ആണെന്നും പിന്നെ എന്തൊക്കയോ , അപ്പൊ എനിക്ക് മാലിനിയെ കുറിച്ച് ഒന്നും അറിയില്ലല്ലോ , പിന്നെ അന്നേരം അത്ര ചെവിയും കൊടുത്തില്ല . മാലിനി നല്ല കുട്ടിയാ , അവൻ പറഞ്ഞതൊക്കെ അവന്റെ മാത്രം കാര്യമാണെന്നാ തോന്നുന്നത്, എന്നാലും .... "

"അങ്ങനെ ഒരു കാര്യം ഉണ്ടായോ ഞാൻ അറിഞ്ഞില്ല , അവൻ എന്നോടൊന്നും പറഞ്ഞതുമില്ല "

ഞാൻ പറഞ്ഞു .

എനിക്ക് നിരാശ ഉണ്ടായി .

അമ്മ തുടർന്നു .

"നമുക്ക് അവളോട് ചോദിക്കാം, ഇന്ന്, അല്ല ഇപ്പൊതന്നെ ചോദിക്കാം, എനിക്ക് അവളെ

മരുമകളാക്കാൻ ഒര്‍ഇഷ്ടക്കേടും ഇല്ല , ഞാൻ അവളെ വിളിക്കട്ടെ "

അതും പറഞ്ഞുകൊണ്ട് അമ്മ പുറത്തേക്ക് ഇറങ്ങി .

എനിക്ക് ആകാംഷ

അവളെന്ത് പറയും.

ഇനി അവളും പുരുഷനും സ്നേഹത്തിലാവുമോ .

അമ്മയും മാലിനിയും മുറിയിലേക്ക് വന്നു .

" എന്താ അമ്മേ , എന്താ ഇവിടെ വന്നിട്ട് പറയാമെന്ന് പറഞ്ഞത് "

മാലിനി ഞങ്ങളെ രണ്ട് പേരേയും നോക്കി കൊണ്ട് പറഞ്ഞു .

അമ്മ തുടങ്ങി വെച്ചു .

" പുരുഷനെ കുറിച്ച് എന്താ മാലിനിയുടെ

അഭിപ്രായം ? "

" അന്ന് ഇവിടെ വന്ന ബ്രോക്കറല്ലേ ? "

 അവൾ ചോദിച്ചു .

"അതെ "

ഞാൻ പറഞ്ഞു.

 "എനിക്ക് അറിയാം , ഞാൻ പണ്ട് കണ്ടിട്ടുണ്ട് . ഞങ്ങടെ സ്ഥലം വിൽക്കാൻ ഇപ്പോ ആളെയാ ഏൽപ്പിച്ചിരിക്കുന്നെ "

അവൾ പറഞ്ഞു.

"പിന്നെ ആ പുള്ളി,എന്നെ കല്യാണം കഴിക്കുന്ന കാര്യം അച്ഛനോട് സംസാരിച്ചിരുന്നു.അച്ഛൻ ഒന്നും പറഞ്ഞില്ല,

നമ്മുടെ വസ്തു വിൽക്കണം അതുകഴിഞ്ഞാ ഒഴിച്ചു വിടാമെന്നാ അച്ഛൻ അമ്മയോട് പറഞ്ഞത്.

പുള്ളിക്ക് അവിടുത്തെ പോലീസുകാരുമായി എന്തോ ഇടപാടുകളൊക്കെയുണ്ട്. ഭയങ്കര പ്രശ്നക്കാരനാന്നാ അച്ഛനും അമ്മയും പറയുന്നത്."

അവൾ തുടർന്നു .

" സാറും അമ്മയുമായി പുള്ളിക്ക് ഇത്ര ബന്ധം വന്നത് എങ്ങനാ അവർക്ക് സംശയം,എന്താ അമ്മ ചോദിച്ചെ ?"

അവൾ പറഞ്ഞു നിർത്തി .

"ഒന്നുമില്ല , അവനെ കുറച്ചുദിവസമായി കാണുന്നില്ല അതുകൊണ്ട് ചോദിച്ചതാ "

അമ്മ വിഷയം മാറ്റി

" നിന്നെ വിളിച്ചത്തത് വേറൊന്നിനും അല്ല , ദാ ഇത് എന്റെ മോനാണ് , പേര് ഹരികുമാർ . നല്ല സ്വാഭാവം , കണ്ടല്ലോ , സുന്ദരൻ സുമുഖൻ , ഇവന് ഞാൻ നിന്നെ കെട്ടിച്ചുകൊടുക്കാൻ തീരുമാനിച്ചു . എനിക്ക് നിന്നെ ഭയങ്കരമായി അങ്ങ് ഇഷ്ടപ്പെട്ടു "

ഇതും പറഞ്ഞുകൊണ്ട് അമ്മ അവളുടെ രണ്ട് തോളിലും പിടിച്ചു .

അവളുടെ മുഖത്ത് എന്താണ് ,

എന്ത് ഭാവമാണ്

അതിന് വേണ്ടി ഞങ്ങൾ രണ്ടുപേരും കാത്ത് നിന്നു .

അവളുടെ ആ വലിയ കണ്ണുകൾ വീണ്ടുംവികസിച്ചു .
മുഖത്തേക്ക് രക്തം ഇരച്ചുകയറിയപോലെ , അവളുടെ
ശരീരം ചെറുതായി വിറക്കുന്നുണ്ട് .

ഞാൻ കണ്ടു , അമ്മയും

അതെ അവൾക്ക് ഇഷ്ടമാണ്.

അമ്മയുടെ മുഖം സന്തോഷം കൊണ്ട് കൂടുതൽ
ചുവന്നു .

എനിക്കും സന്തോഷം

" മോള് പൊക്കോ , ബാക്കി ഞാൻ അച്ഛനോടും
അമ്മയോടും സംസാരിക്കാം "

അമ്മ അവളുടെ കവിളിൽ തലോടിക്കൊണ്ട്
പറഞ്ഞു .

അവൾ പുറത്തേക്ക് ഓടിപ്പോയി .

അമ്മ , എന്റെ രണ്ട് കൈകളും ചേർത്ത് പിടിച്ചു .

" നന്നായി , മോനെ ; എനിക്ക് അവളാ മരുമോള് ,
നമ്മുടെ വീട്ടിന് ചേരുന്ന പെണ്ണ് "

എന്തിനോ അമ്മയുടെ കണ്ണുകൾ നിറഞ്ഞൊഴുകി .

എന്റെ കണ്ണുകളും നിറഞ്ഞു .

മനസ്സിൽ മഴം പെയ്തു .

ഒരു തണുത്ത കാറ്റ് വീശി

ഞങ്ങൾ ആലിംഗനം ചെയ്തു .

ഭാഗം : എട്ട്

പടിയേറ്റം

ഊരുകാട്

അന്ന് അവളോടൊപ്പമായിരുന്നു ശയിച്ചത്.

അവളുടെ വിയർപ്പിൽ മുങ്ങി , ഒന്നായി

ആരോ വിളിക്കുന്നു , ഞാൻ കണ്ണുകൾ തുറന്നു .

ആരാണ് ?

മങ്ങിയ വെളിച്ചമായിരുന്നു .

അരണ്ട വെളിച്ചത്തിൽ അവളുടെ മുഖം .

ഡയാന

ഞാൻ അവളുടെ കൈകളിൽ പിടിച്ചു . എന്നിലേക്ക് അടുപ്പിക്കാൻ തുടങ്ങി .

അവൾക്ക് നല്ല ശക്തിയാണ് .

ഒരണുപോലും അവൾ ചലിച്ചില്ല .

അവൾ ചിരിച്ചു , വളരെ പതിയെ .

" വാ .... "

അവൾ വിളിച്ചു .

വളരെ പതിയെ

രഹസ്യമായി .

ഞാൻ അവളുടെ പുറകെ ഒരു കുട്ടിയേ പോലെ നടന്നു .

അവൾ എന്നെ മുറുകെ പിടിച്ചിട്ടുണ്ടായിരുന്നു .

പള്ളിയുടെ മുൻപിൽ അവൾ ആ പിടുത്തം വിട്ടു .

അച്ചൻ വെള്ള വസ്ത്രം ധരിച്ചിരുന്നു .

എല്ലാവരും വെള്ള വസ്ത്രം ധരിച്ചിരുന്നു .

ഏതാണ്ട് അൻപതിൽ കൂടുതൽ ആൾക്കാർ എല്ലാവരും എന്നെ നോക്കി നിൽക്കുന്നു.

എന്താണ് അവിടെ നടക്കുന്നത് അറിയില്ല .

അച്ചൻ കൈയ്യിൽ പിടിച്ചിരുന്ന വലിയ വടി മുകളിലേക്ക് ഉയർത്തി . ഏതോ പറയുന്നു .

കൂടെ നിന്നവർ അത് ഏറ്റു പറയുന്നു .

ഞാനും ആൾക്കാരുടെ ഒരുഭാഗത്തായി ഒതുങ്ങി നിന്നു. അവളുടെ ,ഡയാനയുടെ അടുത്ത് .

അച്ചൻ ആ വടി കുലുക്കി , അവിടമാകെ മണിമുഴങ്ങി , ഒരു പ്രത്യേക താളത്തിൽ , ആ മണി ശബ്ദത്തിനും എന്തോ മായിക ഭാവം .

അപ്പോഴാണ് ഞാനാ കാഴ്ച കണ്ടത് .

ചുവന്ന തുണികൊണ്ട് പൊതിഞ്ഞ എന്തോ ഒന്ന് ആൾക്കാരുടെ മധ്യത്ത് തൂക്കിയിട്ടിരിക്കുന്നു . അതിന് താഴെ വലിയ ഒരു ഓട്ടുപാത്രം .

ഞാൻ ഒന്നുകൂടി സൂക്ഷിച്ച് നോക്കി .

അത് ഒന്നുകൂടി വ്യക്തമായി .

ആ തുണി കെട്ട് ഒരു മനുഷ്യരൂപമാണ് .

അത് ചുവപ്പ് തുണിയായിരുന്നില്ല , നിറമായിരുന്നില്ല ,

രക്തം.

വെള്ള നിറമാർന്ന തുണി ഏതാണ്ട് മുഴുവനും രക്തത്താൽ കുതിർന്നിരുന്നു.

പിന്നെ ഇറ്റ് ഇറ്റ് ആ ഓട്ടുപാത്രത്തിൽ വീഴുന്നു .

എന്റെ ശ്വാസം നിലക്കുമെന്ന് തോന്നി .

ഊരുകാട്

പെട്ടന്ന് അവൾ എന്റെ കൈയ്യിൽ മുറുകെ പിടിച്ചു .

പിന്നെ കണ്ണുകൊണ്ട് ശാന്തനാകാൻ ആവശ്യപ്പെട്ടു.

അവളുടെ മുഖം പ്രസന്നമായിരുന്നു .

അവിടെ ഉള്ള എല്ലാവരുടേയും .

രാമാ ....

പെട്ടന്നാണ് ആ വിളി കേട്ടത് .

മണിഒച്ച നിന്നു .

അച്ഛൻ ,

എന്നെ വിളിക്കുന്നു .

" രാമാ ... ഇങ്ങോട്ട് വരൂ ... "

ഞാൻ അറച്ചറച്ച് അങ്ങോട്ട് ചെന്നു , അപ്പോഴും എന്റെ കണ്ണുകൾ മുകളിലേക്ക് ഓടിക്കൊണ്ടിരുന്നു .

"പാരി , കെട്ടഴിച്ച് , ഒരു ഭാഗത്തേക്ക് മാറ്റി ഇടൂ "

അച്ഛൻ പറഞ്ഞു .

പാരി ആ തൂക്കത്തിന്റെ കെട്ടഴിച്ച് തുടങ്ങി .

" മുട്ട് കുത്തൂ ..."

അച്ഛൻ എന്നോട് പറഞ്ഞു .

ഞാൻ മുട്ടുകുത്തി ,

"ഡയാന ..."

അച്ഛൻ അവളേയും വിളിച്ചു .

എന്റെ സമീപം അവളും മുട്ടുകുത്തി നിന്നു .

ഞാൻ അവളെ നോക്കി ,

അപ്പോഴാണ് എനിക്ക് മനസ്സിലായത്

അവൾ ഒന്നും ധരിച്ചിരുന്നില്ല , ഒരു നൂൽ വസ്ത്രം പോലും

എനിക്കും ആ ബോധം വന്നു

ഞാനും ഒന്നും ധരിച്ചിരുന്നില്ല.

എന്ത് ചെയ്യും

വീണ്ടും മണി ഒച്ച

അച്ഛൻ എന്തൊക്കെയോ ഉറക്കെ പറയുന്നു .

ഞാൻ അവളെ ഒളിഞ്ഞുനോക്കി .

അവൾ കണ്ണടച്ച് അച്ഛനോടൊപ്പം എല്ലാം ഏറ്റു ചൊല്ലുന്നു .

ഞാനും കണ്ണുകൾ അടച്ചു .

ഇരുട്ട് നാണത്തെ മറയ്ക്കും .

ആശ്വാസം.

അവൾ രാവിൽ വിയർപ്പുതുള്ളികളോടൊപ്പം ചെവിയിലോതിയത് ഞാൻ ഓർത്തു .

ഒരു കഥ പോലെ മാത്രമേ എനിക്ക് തോന്നിയുള്ളൂ .

അത് ഞാൻ അനുഭവിച്ച് തുടങ്ങുകയാണോ ?

ആൾക്കാരുടെ ശബ്ദം വീണ്ടും ഉച്ചത്തിലായി

പാരി ആ തുണികെട്ട് വലിച്ചുകൊണ്ട് ഒരു ഭാഗത്തായി ഇട്ടു .

പിന്നെ അവനും ആ ശബ്ദത്തിൽ ചേർന്നു .

അച്ഛൻ   ഞങ്ങളുടെ തലയിൽ ആ വലിയ കമ്പ് കൊണ്ട് ചെറുതായി തട്ടി .

മൂന്ന് പ്രാവിശ്യം

പിന്നെ പുറകോട്ട് മാറി .

ഞാൻ കണ്ണ് തുറന്ന് നോക്കി

അവൾ അപ്പോഴും കണ്ണുകൾ അടച്ചുപിടിച്ചിരിക്കുന്നു

ഉറക്കെ എന്തോ പറയുന്നു .

എന്റെ തലയിൽ എന്തോ വീണു .

 ഞാൻ മുകളിലേക്ക് നോക്കി.

 വീണത്   തലയിലൂടെ,   നെറ്റിയിലൂടെ,   മൂക്കിലൂടെ ഒഴുകിയെത്തി ഒടുവിൽ എന്റെ ചുണ്ടുകളെ   നനപ്പിച്ചു.

   രക്തം

രക്തമാണ്

  എന്റെ നെഞ്ച് പിടച്ചു .

  ഞാൻ അവളെ നോക്കി .

ഒരാൾ   അവളുടെ തലയിലേക്കും   ഒഴിക്കുന്നു . അയാളുടെ കൈകുമ്പിളിൽ നിന്ന് .

 ഞാൻ തിരിഞ്ഞു നോക്കി .

ആൾക്കാർ വരിവരിയായി വരുന്നു .

എല്ലാവരും ഓട്ടുപത്രത്തിലെ രക്തം കൈ കുമ്പിളിൽ എടുക്കുന്നു .

  എന്തോ ഉറക്കെ ചൊല്ലിക്കൊണ്ട് അവർ അതെല്ലാം ഞങ്ങളുടെ തലയിൽ ഒഴിച്ചുകൊണ്ടേ ഇരുന്നു .

ഞങ്ങളുടെ ശരീരം   ചുവന്ന്   ചുവന്ന്   ഇരുണ്ട്
തുടങ്ങി .

തീർത്തും രക്തത്തിൽ മുങ്ങിയ ഞങ്ങൾക്ക് നാണം
മറയ്ക്കാൻ ഒരു തുണിയുടെ ആവിശ്യമില്ലാതായി .

രക്തം മറ്റൊരു ത്വക്ക് പോലെ പറ്റിപ്പിടിച്ചിരിക്കുന്നു .

ഉച്ചത്തിലുള്ള   ചൊല്ലലുകളും   മണികിലുക്കവും
പിന്നെയും നീണ്ടു .

പിന്നെ മണിക്കൂറുകൾക്ക് ശേഷം അത് നിന്നു .

അച്ചൻ ഒരു നാടക നടനെപ്പോലെ സംസാരിച്ചു .

" കൊണ്ട് പോകൂ ... മനുഷ്യ ഗന്ധം വരട്ടെ . ചോര
തുടച്ച് കളയുക . വെള്ളവസ്ത്രങ്ങൾ ധരിപ്പിക്കുക .
അവളെ ലില്ലിപ്പൂക്കൾ കൊണ്ട് മൂടുക , വിവാഹ
ചടങ്ങുകൾ തുടങ്ങാൻ നേരമായി "

ഞങ്ങളെ അവരിൽ ചിലർ പിടിച്ചെഴുനേൽപ്പിച്ചു .

പള്ളിയുടെ   ഒരു   വശം   ചേർന്നൊഴുകുന്ന
അമ്മിണിചേലയുടെ പടവുകളിലൂടെ ഇറക്കി. പിന്നെ
ഞങ്ങളെ   ആ   ചെറു   ചൂടുള്ള   വെള്ളത്തിൽ
മുക്കിയെടുത്തു .

അവൾക്ക്   ആ   വെള്ളവസ്ത്രം   മനോഹരമായി
ഇണങ്ങുന്നുണ്ട് .   അവളെ ലില്ലിപ്പൂക്കൾ കൊണ്ട്
ഒരുക്കികൊണ്ടിരിക്കുന്നു . തലയിലെ ആ "പൂ" കിരീടം
മനോഹരം .

എന്നേയും അവർ വെള്ള വസ്ത്രം ധരിപ്പിച്ചു .

ഞാൻ കൈ കൊണ്ട് തഴുകി നോക്കി .

കൈകൾ കൊണ്ട് നിർമ്മിച്ച മനോഹരമായ വസ്ത്രം.

ഊരുകാട്

വിവാഹ ചടങ്ങുകൾ ആരംഭിച്ചു .

ഒരുപാട് സമയം നീണ്ടു .

അപ്പോഴും ആ തുണികെട്ട് അവിടെ ഉണ്ടായിരിന്നു . എല്ലാത്തിനും സാക്ഷിയായി .

ഇടക്ക് ഇടക്ക് എന്റെ കണ്ണുകൾ ആ ഭാഗത്തേക്ക് പാളുന്നുണ്ടായിരുന്നു .

ചടങ്ങുകൾ അവസാനിച്ചു .

പിന്നെ

പള്ളിയുടെ വലിയ ഹാളിൽ എല്ലവരും കയറി . അവരെ ആനയിക്കാൻ വലിയ മേശയിൽ പഴങ്ങളും പല തരത്തിലുള്ള ഭക്ഷണങ്ങളും വീഞ്ഞും നിരത്തി വെച്ചിരുന്നു .

അവിടെയും അച്ചൻ എന്തൊക്കെയോ ഉറക്കെ പറഞ്ഞു .

പിന്നെ

ആഹാരം

വീണ്ടും

അച്ചൻ

പിന്നെ പാട്ട്

ആട്ടം അങ്ങനെ മണിക്കൂറുകൾ നീണ്ടു . നേരം വെളുത്ത് തുടങ്ങി .

ഓരോത്തരായി ,അച്ചനോടും ഞങ്ങളോടും നന്ദി പറഞ്ഞുകൊണ്ട് പിരിഞ്ഞുപൊയ്കൊണ്ടിരുന്നു .

അവസാനം ഞങ്ങൾ ബാക്കിയായി .

അച്ചനോട് ഞങ്ങളും നന്ദി പറഞ്ഞു .

   "ഒന്ന് കൂടി ബാക്കിയുണ്ട് "

അച്ചൻ പറഞ്ഞു .

അവൾ അച്ചനെ കുനിഞ്ഞു വണങ്ങി . അവൾ എന്നെ നോക്കി .

ഞാനും അങ്ങനെ ചെയ്ത്തു .

   " പാരി ... "

അച്ചൻ വിളിച്ചു .

പാരി ഓടി വന്നു .

അച്ചൻ പാരിയെ നോക്കി ,ഞങ്ങളുടെ നേരെ കൈ നീട്ടി കാട്ടി

പാരി ചെറുതായി തലയാട്ടി .

പിന്നെ ഞങ്ങളെ വിളിച്ചുകൊണ്ട് മുന്നേ നടന്നു . വഴികാട്ടിയേ പോലെ .

നടന്ന് നടന്ന് ഞങ്ങൾ എത്തിയത് ആ ചുവന്ന കെട്ടിന് മുന്നിലായിരുന്നു . ഞങ്ങളെ അവിടെ നിർത്തിയിട്ട് പാരി വീണ്ടും അകത്തേക്ക് പോയി . തിരികെ വന്നപ്പോൾ കൈയിൽ രണ്ട് ചുവന്ന മേൽവസ്ത്രങ്ങൾ ഉണ്ടായിരുന്നു . അത് ഞങ്ങൾ ധരിച്ചു . ഞാനും ഡയാനയും ആ ചുവന്ന കെട്ടിന്റെ ഇരു തലക്കലും പിടിക്കാൻ പാരി ആവിശ്യപ്പെട്ടു .

   ഞങ്ങൾ പിടിച്ചു .

കെട്ടിൽ കൈയ്യമർന്നപ്പോൾ ഉള്ള് വിറച്ചു .

ഊരുകാട്

ഇത് ഒരു മനുഷ്യനാണ് .

എന്റെ കൈകൾ വിറക്കുന്നു .

ഞാൻ അവളെ നോക്കി . ഒരു ഭാവമാറ്റവും കണ്ടില്ല .
അവൾ ധൈര്യശാലിയാണ് .

പാരി ; അയാൾ മുന്നേ

ഞങ്ങൾ ആ ശരീരവും ചുമന്ന് പിന്നാലെ .

ഞങ്ങൾ കുറെ നേരം നടന്നു .

പിന്നെ നിന്നു ,

കാടിനുള്ളിൽ എവിടെയോ .

അപ്പോൾ എല്ലാം നിശബ്ദമായിരുന്നു .

ഒരു കാട് മുഴുവൻ .

നിശബ്ദം ഭയമാണ് .

കാലിന്റെ പെരുവിരൽ മുതൽ പെരുത്ത് തുടങ്ങി .

നിശബ്ദം ഭയമാണ് .

ഒരു വലിയ പാറക്കെട്ട്

ആ പാറക്കെട്ടിന്   മുകളിൽ കയറാൻ പടവുകൾ
ഉണ്ടായിരുന്നു .

പാരി താഴെ നിന്നു .

അവൾ നടന്നു , പുറകെ ഞാനും .

മുകളിൽ ഒരു പരന്ന ഭാഗം അതിന് നാല് ഭാഗത്തും
ആകൃതിയില്ലാത്ത പാറ തൂണുകൾ.

അങ്ങ്   ദൂരെ   ചുവന്നസൂര്യൻ   കിരണങ്ങൾ
എറിഞ്ഞുതുടങ്ങി .

കെട്ട് നിലത്ത് വെക്കാൻ അവൾ കണ്ണ് കൊണ്ട് പറഞ്ഞു .

ഞങ്ങൾ അത് താഴെ വെച്ചു .

പാരി പതിയെ മുകളിലേക്ക് വന്നു.

നാല്കല്ലുകൾക്കും മുകളിലില്‍ അവൻ തീ കത്തിച്ചു .

പിന്നീട് എന്തൊക്കെയോ ഉറക്കെ പറഞ്ഞു .

പിന്നെ അവൻ താഴേക്ക് പോയി .

അന്ന് ആദ്യമായി തീ കത്തുന്ന ശബ്ദം ഞാൻ കേട്ടു . അവിടെ നിലത്ത് വെച്ചിരുന്ന വലിയ വാൾ ഞാൻ അപ്പോഴാണ് കണ്ടത് .

അവൾ തറയിൽ മുട്ടുകുത്തി ഇരുന്നു .

എന്നെ നോക്കി

പിന്നെ ആ ശരീരത്തിലെ തുണി മുഴുവൻ മാറ്റി .

ഞാൻ ഞെട്ടിപ്പോയി .

എന്റെ ഉള്ള് ഭയം കൊണ്ട് വിറച്ചു .

   അത്

അത് "പുരുഷൻ " ആയിരുന്നു .

പൂർണ്ണ നഗ്നനായി അയാൾ എന്റെ മുന്നിൽ കിടക്കുന്നു.

   അവൾ രണ്ട് കൈകൾ കൊണ്ട് ആ വലിയ വാൾ ഉയർത്തി എന്റെ നേർക്ക് പ്രസാദം പോലെ നീട്ടി .

ആ നിമിഷം എന്റെ ശരീരം മുഴുവൻ തരിച്ചു .എന്റെ വിറച്ച കൈകളിൽ ആ വലിയ വാൾ .

അവൾ തല കുമ്പിട്ട് നിൽക്കുന്നു

ഞാൻ താഴേക്ക് നോക്കി .

പാരി , തല കുമ്പിട്ട് നിൽക്കുന്നു .

എനിക്ക് മനസ്സിലായി.

ഞാൻ കണ്ണുകൾ അടച്ചു .

ഒരുനിമിഷം

ആ ഒരു നിമിഷം എന്റെ മുന്നിലൂടെ പുരുഷൻ അവന്റെ പല ഭാവത്തിൽ മിന്നിമറഞ്ഞു .

പിന്നെ ഞാൻ ആഞ്ഞു വെട്ടി .

ആ തല ,ഉടലിൽ നിന്നും വേർപെട്ട് പടികളിലൂടെ ഉരുണ്ട് പാരിയുടെ മുന്നിലെത്തി. അവൻ അവിടെ ഉണ്ടായിരുന്ന ഒരു സ്വർണ്ണ നിറമുള്ള പാത്രത്തിലേക്ക് അത് എടുത്ത് വെച്ചു .

ഞാൻ ഉയർന്ന ശ്വാസഗതിയിൽ വാൾമുന തറയിൽ കുത്തി കുനിഞ്ഞുനിന്നു .

അവൾ രണ്ട് കൈകൾ കൊണ്ട് ആ നഗ്നനമായ ഉടൽ മുൻപോട്ട് തള്ളി .അത് ഉരുണ്ട് അങ്ങ് താഴെ അഗാതതയിലേക്ക് പോയി .

അവിടെനിന്നും പക്ഷികൾ കൂട്ടത്തോടെ പറന്ന് പൊങ്ങി

ശൂളം വിളികൾ ഉയർന്നുകേട്ടു .

അവൾ എന്നെ ആലിംഗനം ചെയ്തു .

ഞാനും അവളെ ഇറുക്കെ പുണർന്നു .

പിന്നെ ചുവന്ന മേൽവസ്ത്രം ഞങ്ങൾ ആ അഗതതയിലേക്ക് വലിച്ചെറിഞ്ഞു .

ഞങ്ങൾ നടക്കുകയാണ്

പള്ളിയിലേക്ക്

ആ   വഴിയുടെ ഇരു ഭാഗങ്ങളിലും ആൾക്കാർ നിൽക്കുന്നു എല്ലാവരും വെളുത്ത വസ്ത്രം .

തല കുമ്പിട്ട് ,ഏതോ പാട്ട് പാടികൊണ്ട് .

അവരുടെയെല്ലാം കൈകകളിൽ   സ്വർണ്ണ നിറമുള്ള പാത്രങ്ങൾ ഉണ്ടായിരുന്നു .

അതിലെല്ലാം

പഴയതും പുതിയതുമായ തലകളും .

ആ തലകളുമായി ഞങ്ങളെ അവർ അനുഗമിച്ചു .

പള്ളിയിലെത്തി ആ   താലം ഞങ്ങളാൽ അച്ചന് നൽകപ്പെട്ടു .

ആഘോഷം.....

ചുവന്ന കുങ്കുമം അവിടെ ആകെ നിറഞ്ഞു .

ആൾക്കാർ ചുവപ്പ് വാരി എറിയുന്നു .

അവർ പരസ്പരം വാരി പൂശുന്നു .

പണ്ട് ഗോവയിൽ കണ്ട ഹോളി ആഘോഷം ഞാൻ ഓർത്ത് പോയി .

പുതിയ തല , പുരുഷന്റെ തല ; ആ വലിയ സ്ത്രീ രൂപത്തിന് മുന്നിൽ അച്ചൻ സമർപ്പിച്ചു .

എല്ലാവരും   അവരവരുടെ   തലകൾ   അതാത് ഭാഗങ്ങളിൽ ഒരുക്കി വെച്ചു .

ആഘോഷം.......

പുറത്ത് നേരം പുലർന്നോ .....

98

ഭാഗം : ഒൻപത്

വീണ്ടും പടിയേറ്റം

മോനേ ....

പുറത്തേക്ക് പോകാൻ ഒരുങ്ങുമ്പോൾ അമ്മയുടെ വിളി .

" മോനേ , ഹരിക്കുട്ടാ .... "

വീണ്ടും

" എന്താ അമ്മേ ? "

ഞാൻ ചോദിച്ചുകൊണ്ട് ,അമ്മയുടെ അടുത്തേക്ക് ചെന്നു .

" ദേ ... പുറത്ത് ഒരാള് , ആരാന്ന് അറിയില്ല ? "

"ഞാൻ നോക്കട്ടെ "

അത് പാരിയായിരുന്നു

" ആ പാരി ; ഞാൻ അങ്ങോട്ട് വരാൻ ഒരുങ്ങിയതാ "

"അതല്ലേ ഞാൻ വന്നത്"

പാരി ചിരിച്ചുകൊണ്ട് പറഞ്ഞു.

" അമ്മേ , ഇത് പാരി , നമ്മുടെ പുരുഷനില്ലേ , അവന്റെ ഏർപ്പാടാ ."

ഞാൻ അമ്മയോട് പറഞ്ഞു .

" ആ അവന്റെ കൂട്ടുകാരനാ , പേരെന്താ മോനെ ? "

അമ്മ അവനോട് ചോദിച്ചു .

" പാരി "

അവൻ പറഞ്ഞു .

അമ്മ അവനെ നോക്കി ചിരിച്ചു .

പിന്നെ ചോദ്യഭാവത്തിൽ എന്നെ നോക്കി .

" അതെ , ഞാൻ ഒരു സ്ഥലത്തിന്റെ കാര്യം പറഞ്ഞിരുന്നു . അതിന് വന്നതാ .."

ഞാൻ അമ്മയോട് പറഞ്ഞു .

" വീണ്ടും ? "

അമ്മ എന്നെ നോക്കി .

"ഇത് കൂടിയേ ഉള്ളു "

ഞാൻ അമ്മയുടെ മുഖത്തേക്ക് നോക്കി ചിരിച്ചുകൊണ്ട് പറഞ്ഞു .

അമ്മ , ചെറുപുഞ്ചിരിയോടെ അകത്തേക്ക് പോയി .

ഞാൻ പുറത്തേക്ക് ഇറങ്ങി .

" ഇവിടെ അടുത്തല്ലേ ഞാൻ സൈക്കളിൽ മുന്നേ പോകാം , സാറ് പതിയെ പുറകെ വന്നാ മതി ."

പാരി പറഞ്ഞു .

" ശരി "

ഞാൻ സമ്മതിച്ചു .

ഞാൻ കാറിലേക്ക് കയറുമ്പോൾ ജനവാതിലിൽ ഒരു നിഴലാട്ടം കണ്ടു .

അത് അവളാണ് .

എന്റെ മുഖത്ത് സന്തോഷം നിറഞ്ഞു .

എന്നെ അവൾക്ക് ഇഷ്ടമാണ് .

തിരികെ   വന്ന്, നല്ല   നേരം   നോക്കി   അവളുടെ
കുടുംബത്തോട് സംസാരിക്കണം .

ഇന്ന് തന്നെ.

ഞാൻ കാറെടുത്തു .

പാരിയുടെ   സൈക്കിൾ നീങ്ങിതുടങ്ങിയിരുന്നു .

വളരെ വേഗത്തിൽ പാരി മുന്നേ പോകുന്നു .

ഞാൻ അവന്റെ പിന്നാലെ പോയ്ക്കൊണ്ടിരുന്നു .

ആ കവാടത്തിന് മുന്നിലെത്തി അതിൽ

" ഒൺ ലാൻഡ് ചർച്ചെന്ന് " എഴുതിയിരുന്നു

അന്ന് രഹസ്യമായി പുരുഷൻ പറഞ്ഞത് ഞാൻ
ഓർത്തു .

അത് പള്ളിയല്ല , പേരിൽ മാത്രമേ പള്ളിയുള്ളു . ഞാൻ
അതിന്റെ അകത്ത് കയറിയിട്ടില്ല .

അവൻ എന്തായിരിക്കും അങ്ങനെ പറഞ്ഞത് .

മനസ്സിലൂടെ പലതും ഓടിക്കൊണ്ടിരുന്നു .

പെട്ടന്ന് കാറിന്റെ ഗ്ലാസിൽ ആരോ തട്ടി .

ഞാൻ ഞെട്ടിപ്പോയി

അത് ഒരു പെണ്ണാണ് .

ഞാൻ ഗ്ലാസ് താഴ്ത്തി .

ഊരുകാട്

" എവിടെ പോകുന്നു ? "

അവൾ ചോദിച്ചു .

കട്ടിയുള്ള ചോദ്യം

" അച്ചൻ വിളിച്ചോണ്ട് വരാൻ പറഞ്ഞിട്ടുണ്ട് "

ദൂരെ നിന്നും പാരി ഉറക്കെ വിളിച്ച് പറഞ്ഞു .

അവൾ വെളുത്ത വസ്ത്രങ്ങൾ ധരിച്ചിരുന്നു.

" ശരി "

അതും പറഞ്ഞുകൊണ്ട് അവൾ നടന്ന് നീങ്ങി .

ഞാൻ മുന്നോട്ട് നോക്കി

മുന്നിൽ അമ്മിണി ചേല ഒഴുകുന്നു .

പാലമില്ല , പകരം കല്ലുകളിട്ട് ആ പാത ഉയർത്തിയിരിക്കുന്നു . അതിന്റെ മുകൾഭാഗം കല്ലുകളാൽ മനോഹരമായി അടുക്കിയിട്ടുണ്ട് . ആ പാതയുടെ ഇരു വശവും ഇടക്കിടെ വലിയ കല്ലുകൾ നാട്ടിയിരുന്നു .

എന്നിരുന്നാലും അമ്മിണി ഒഴുകുന്നു . ശാന്തമായി .

ഞാൻ ആ പാതയിലൂടെ വണ്ടി ഓടിച്ചു .

ടയറിന്റെ കാൽഭാഗം വെള്ളത്തിൽ മുങ്ങിയിരുന്നു .

അവിടവിടെ ആളുകളെ കണ്ട് തുടങ്ങി ,

വെള്ള വസ്ത്രം ധരിച്ച പെണ്ണുങ്ങൾ .

പള്ളി പോലെ തോന്നിച്ച കെട്ടിടത്തിന് മുന്നിൽ ഞാൻ കാർ നിർത്തി .

മുകളിലേക്ക് പടിക്കെട്ടുകളുള്ള ഒരു കെട്ടിടം . കരിങ്കല്ല് കൊണ്ട് നിർമ്മിച്ച ഒരു കെട്ടിടം , അതിന്റെ ഇരുവശവും ചെറിയ രണ്ട് കെട്ടിടങ്ങൾ .

റോഡിന് താഴെ പാരി നിൽക്കുന്നു .

മുൻപ് എന്നെ തുറിച്ച് നോക്കിയ പെണ്ണ് , എന്നെ നോക്കി അതേ ഭാവത്തോടെ ആ റോഡിലൂടെ നടന്ന് പോയി .

അവിടെ കണ്ടവർക്ക് ഒക്കെ അതേ ഭാവമായിരുന്നു .

ഞാൻ പുറത്തിറങ്ങി ,

ഒരു ചുവന്ന അന്തരീക്ഷം .

തണുത്ത കാറ്റ്

മനസ്സിന് രോമാഞ്ചമുണ്ടാവുന്ന ഒരു സുഖം അനുഭവപ്പെട്ടു .

അതാ പടികൾക്ക് മുകളിൽ നീണ്ട വസ്ത്രം ധരിച്ച ഒരാൾ .

അച്ചനാവും ?

പാരി , നെഞ്ചിൽ കൈ വെച്ച് ചെറുതായി കുനിഞ്ഞു .

ഞാനും അതുപോലെ നെഞ്ചിൽ കൈ ചേർത്ത് അദ്ദേഹത്തെ നോക്കി .

അച്ചൻ , മുകളിലേക്ക് എന്നെ കൈ ആട്ടി വിളിച്ചു .

ഞാൻ മുകളിലേക്ക് ചെന്നു .

ആ കറുത്ത പഴയകെട്ടിടം , ഓർമ്മയിൽ എവിടേയോ ഉണ്ട് .

ഞാൻ മനസ്സിലാക്കി ; അത് പള്ളിയല്ല ,

പാറ , കറുത്ത പാറകൊണ്ട് നിർമ്മിച്ച ഒരു കെട്ടിടം , അതിന്റെ ഇരുവശവും സഹോദരങ്ങളെ പ്പോലെ തോന്നിക്കുന്ന രണ്ട് കെട്ടിടങ്ങൾ , ഒന്നിൽ നിന്നും കുട്ടികളുടെ ശബ്ദം ഉയർന്ന് കേൾക്കുന്നു . സ്ക്കൂൾ ആണെന്ന് തോന്നുന്നു .

ഞാൻ അച്ചന് മുന്നിലെത്തി .

അച്ചൻ എന്റെ തോളിൽ പിടിച്ചു .

എന്നേക്കാൾ വലിയ ഒരു മനുഷ്യൻ .

ഉയർന്ന് പരന്ന വലിയ നെറ്റിത്തടം . വീതിക്കൂടിയ താടിയെല്ല് . നന്നായി കറുത്ത തലമുടി . നാൽപ്പതിൽ താഴെ പ്രായം പറയാം . തോൾഭാഗത്ത് വലിപ്പം കൂടുതൽ ഉള്ളപോലെ തോന്നുന്നു . ആകെ ഒരു വ്യത്യാസമുള്ള മനുഷ്യൻ .

" വരൂ ... "

അച്ചൻ എന്റെ തോളിൽ പിടിച്ച് മുന്നോട്ട് നടത്തികൊണ്ട് പറഞ്ഞു .

ഞങ്ങൾ പോയത് പള്ളിയുടെ ഒരു ഭാഗത്ത് കണ്ട കെട്ടിടത്തിലേക്കാണ് .

തറയിലെല്ലാം ചുവന്ന നിറം .

ഞാൻ നോക്കുന്നത് കണ്ട് അച്ചൻ ചിരിച്ചുകൊണ്ട് പറഞ്ഞു .

"ഇന്നലെ ഇവിടെ ഒരു വിവാഹം ഉണ്ടായിരുന്നു ."

ഞാനും ചിരിച്ചു .

ചെറുതായി മൂളി .

"ഉം ..."

ആ കെട്ടിടത്തിലേക്ക് കയറുമ്പോൾ ആദ്യം ഒരു വലിയ മുറി അതിന്റെ ഒത്ത നടുക്ക് ഒരു മേശ അതിന് ഇരുവശവും വലുതും ചെറുതും ആയ രണ്ട് കസേരകൾ .

ആ വലിയ കസേരയിൽ അച്ചൻ ഇരുന്നു .

എന്നെ കസേരയിലേക്ക് ഇരിക്കാൻ അച്ചൻ ആംഗ്യം കാട്ടി .

ഞാൻ ഇരുന്നു .

ഞാൻ പറയാൻ തുടങ്ങുമ്പോൾ , അച്ചൻ കൈ കാട്ടി എന്നെ നിർത്തി . പിന്നെ അച്ചൻ സംസാരിച്ച് തുടങ്ങി .

"എന്നെ പരിചയപ്പെടുത്താം , ഞാൻ രാമൻ ജോസഫ് , പേര് കേട്ട് അമ്പരക്കണ്ട , ഞാനാണ് ഇവിടുത്തെ അധികാരി. മുമ്പുള്ള ആളെ അറിയാമോ?"

അച്ചൻ ചോദിച്ചു .

"ഇല്ല ,അറിയില്ല .ആദ്യമായിട്ടാ ഞാൻ ഇവിടെ ."

ഞാൻ പറഞ്ഞു .

അച്ചൻ തുടർന്നു .

"മുന്നേ ഇരുന്ന ആള് പറഞ്ഞിരുന്നു . അതാ ചോദിച്ചത് . ആദ്യമേ പറയാം

ഇത് ,ഒരു പള്ളിയല്ല .ഞാൻ അച്ചനും അല്ല .ഇത് ഒരു കമ്മറ്റിയാണ് .ഇവിടെ കുറെ ആചാരങ്ങളും മറ്റ് ചില രീതികളും ഒക്കെയുണ്ട് . പിന്നെ എന്നെ പേര് വിളിക്കുന്നതാണ് എനിക്ക് ഇഷ്ടം പക്ഷേ എന്ത് ചെയ്യാം ഇവിടുത്തെ രീതി ഇതാണ് . എല്ലാവരും

അച്ഛനെന്ന് വിളിക്കുന്നു . നിങ്ങളും അങ്ങനെ വിളിച്ചോളൂ ."

അച്ഛൻ തുടർന്നു .

ഞാൻ കേട്ടിരുന്നു . ഇടയ്ക്കിടെ മൂളികൊണ്ട് .

"ഇന്ന് രാവിലെ പഴയ അച്ഛൻ സ്ഥാനമൊഴിഞ്ഞു . അദ്ദേഹം പോയി . നിങ്ങളുടെ വിവാഹമാണെന്ന് അറിഞ്ഞു . അഭിനന്ദനങ്ങൾ . ഇന്നലെ ആയിരിന്നു എന്റെ വിവാഹം . "

ഞാനൊന്ന് ഞെട്ടി , വിവാഹകാര്യം ഞാനും അമ്മയും മാത്രമേ സംസാരിച്ചിട്ടുള്ളൂ. ഇയാൾ എങ്ങനെ ?

എന്റെ മുഖത്തെ ഭാവം അയാൾക്ക് മനസ്സിലായോ ?

അയാൾ ചിരിച്ചു .

ഒരു നിഗൂഢ ചിരി . പിന്നെ പറഞ്ഞു

" ഇനി നിങ്ങളെ വിളിപ്പിച്ച കാര്യം പറയാം ,"

എന്റെ ആവിശ്യം അയാൾ വിഴുങ്ങി , കല്യാണകാര്യം എങ്ങനെ അറിഞ്ഞു . എനിക്ക് ചോദിക്കാനും മടി .

അച്ഛൻ തുടർന്നു .

"ഇവിടെ ഒരു വീടും കുറച്ചുസ്ഥലവും വിൽക്കാനുണ്ടായിരുന്നു. പക്ഷേ ഇനി നിങ്ങൾക്ക് അത് വിൽക്കുന്നില്ല "

ഞാൻ വീണ്ടും അമ്പരന്നു .

വീണ്ടും ചിരിച്ചുകൊണ്ട് അയാൾ തുടർന്നു .

" അതിന്റെ ഉടമയെ തന്നെയാണ് നിങ്ങൾ വിവാഹം കഴിക്കാൻ തീരുമാനിച്ചത് . പിന്നെ എന്തിനാണ് നിങ്ങൾക്ക് വിൽക്കുന്നത് . ഇനി അത് നിങ്ങളുടെ കൂടെ അല്ലെ ? "

ഞാൻ ചോദ്യഭാവത്തിൽ ഇരിക്കുന്ന കണ്ട്

അച്ഛൻ തുടർന്നു .

" മാലിനി , അറിയില്ലേ ...."

ഞാൻ പറഞ്ഞു .

" അറിയും "

" ആ .. അവളുടെയാണ് ആ വിൽക്കാനിട്ടിരുന്ന ഇടം . അവര് വർഷങ്ങളായി ഇവിടെയല്ല താമസം . അവളുടെ വിവാഹ ആവിശ്യത്തിന് വിൽക്കണമെന്നും ഇവിടുത്തുകാര് ആരേലും വാങ്ങണം എന്നൊക്കെ മുൻപ് പറഞ്ഞിരുന്നു . പക്ഷേ ഇന്ന് രാവിലെ അവള് വന്നിരുന്നു . "

എനിക്ക് സന്തോഷം അടക്കാനായില്ല .

ഇന്നലെ സംസാരിച്ചത് അവൾ കേട്ടിരിക്കും , അവൾ പറഞ്ഞാവും അച്ഛൻ കല്യാണക്കാര്യം അറിഞ്ഞത് .

എന്റെ ചിന്തകൾ കാട് കയറി .

എന്തോ ഒരു ആശ്വാസം , ഉള്ളിൽ തണുത്ത ഇളം കാറ്റ് വീശി .

അച്ഛൻ തുടർന്നു .

" നിങ്ങളോട് ഒരു കാര്യം , ആ കുട്ടി , അവൾ ഇവിടുത്തെയാണ് , ഈ ഊരുകാട്ടിലെ ; വിവാഹം കഴിഞ്ഞാൽ നിങ്ങളും കുടുംബവും ഇവിടുത്തേതാണ് . പിന്നെ ഞങ്ങളെല്ലാം നിങ്ങളുടെ ബന്ധുക്കളും. പിന്നെ വിവാഹം അത് ഇവിടെ ഒരു വലിയ   ചടങ്ങാണ് . നിങ്ങളുടെ വിവാഹം ഇവിടെ നടത്തണം , എന്ത് പറയുന്നു . "

എനിക്ക് സമ്മതമായിരുന്നു .

ഞാനും അമ്മയും മാത്രമായ ലോകത്തേയ്ക്ക് ഒരു ഗ്രാമം മുഴുവൻ . അമ്മ ഇനി ഒരിക്കലും ഒറ്റക്കാവില്ല .

ഞാൻ പറഞ്ഞു .

" സമ്മതം "

അച്ഛൻ എഴുന്നേറ്റ് എന്റെ സമീപം വന്നു . രണ്ട് കൈകകളും ചേർത്ത് പിടിച്ചു .

പിന്നെ പുഞ്ചിരി തൂകി .

ഞങ്ങൾ പുറത്തേക്കിറങ്ങി .

അച്ഛൻ ദൂരേക്ക് കൈചൂണ്ടി . ആ കൈയുടെ അറ്റത്ത് ആ പാതയുടെ മറുകരയിൽ ഒരു മഹോരമായ കൊച്ച് വീട് .

അച്ഛൻ തുടർന്നു .

" അതാണ് അവളുടെ വീട് "

ഞാൻ സന്തോഷത്തോടെ നോക്കി നിന്നു .

വീണ്ടും കുറേ നേരം ഞങ്ങൾ സംസാരിച്ചു . അച്ഛൻ പഠനശാല കാട്ടിതന്നു . അവിടെ ഒരു സ്ത്രീ ഉണ്ടായിരുന്നു . ഡയാന . അവരെ ഏതാണ്ട് മാലിനിയേപ്പോലെ തോന്നിച്ചു . അതേ നിറം അതേ രീതി . പിന്നീടുള്ള കുറച്ച് സംസാരത്തിൽ എനിക്ക് മനസ്സിലായി അവർ അച്ഛന്റെ സഹധർമ്മണിയാണ് . അവരുടെ വിവാഹം ഇന്നലെ കഴിഞ്ഞതേ ഉള്ളൂ . കുറേ സമയങ്ങൾക്ക് ശേഷം ഞാൻ യാത്രപറഞ്ഞിറങ്ങി. പക്ഷേ ഇറങ്ങുമ്പോൾ മുൻപ് കണ്ട രൂക്ഷ മുഖങ്ങൾ ഇപ്പോൾപ്രസന്നമായിരിക്കുന്നു.

എനിക്ക്സമാധാനമായി.

ഊരുകാട് വിട്ട് റോഡിലേക്ക് കയറുമ്പോൾ ഞാൻ കണ്ടു , ഇടത് ഭാഗത്ത് ഒരു വലിയ ഗേറ്റ് ,പഴയ റോഡിന് കുറുകെ . അത് പുതുതായി നിർമ്മിച്ചതാണ്. എനിക്ക് ഉറപ്പാണ് , ഞാൻ മുൻപ് പുരുഷനോടൊപ്പം വന്ന വഴിയാണ് . ഇത് സ്വകാര്യ വഴിയാണോ ?

ഊരുകാട്

അപ്പോഴാണ് എനിക്ക് ഒരു കാര്യം ഓർമ്മവന്നത് . ഊര് കാട് ഒഴിച്ച് ഈ റോഡിന് ഇരുവശവും അങ്ങ് അവസാനം വരെ എന്റെയല്ലേ ...

അതെ ഞാനാണ് അതിന് ഉടമസ്ഥൻ .

അപ്പൊ ആര് ഗേറ്റ് വെച്ചു ?

ഇത് എന്താ ഇങ്ങനെ ?

ആ ഒരു സ്വാകാര്യ റോഡ് ആയില്ലേ , അങ്ങനെ തന്നെ ഇരിക്കട്ടെ .

പക്ഷേ സ്വാകാര്യത ഇഷ്ടപ്പെടുന്ന ഞാൻ ഉള്ളിൽ സന്തോഷിച്ചു .

വീട്ടിലേക്ക് കയറി വണ്ടി ഒതുക്കുമ്പോൾ

അവൾ ജനൽ കമ്പികൾക്ക് ഇടയിലൂടെ ഒളിഞ്ഞുനോക്കുന്നത് ഞാൻ കണ്ടു .

മാലിനി

എന്നെ കണ്ടതും അവൾ ഓടിക്കളഞ്ഞു .

ഞാൻ ഹാളിലേക്ക് കയറിയപ്പോൾ അവിടെ അമ്മയും മാലിനിയുടെ അമ്മയും അച്ഛനും ഉണ്ടായിരുന്നു .

എന്നെ കണ്ടതും അവളുടെ മാതാപിതാക്കൾ ഏഴുന്നേറ്റു .

ഞാൻ അവരോട് ഇരിക്കാൻ ആവിശ്യപ്പെട്ടു .

അമ്മ അവരോട് എല്ലാം സംസാരിച്ചിരുന്നു .

അവേർക്ക് നൂറുവട്ടം സമ്മതം .

അപ്പോഴാണ് ഞാൻ അവരോട് ചോദിച്ചത്

" ഞാൻ ഊരുകാട്ടിൽ പോയിരുന്നു . അപ്പോഴാ അറിഞ്ഞത് നിങ്ങൾക്ക് അവിടെ വീടുണ്ടെന്ന് . നല്ല സ്ഥലമല്ലേ എന്താ അവിടുന്ന് പോയത് ."

അവളുടെ അമ്മ സംസാരിച്ച് തുടങ്ങി .

" മോൾക്ക് പുറത്ത് പോയി ഒരു വലിയ സ്കൂളിൽ പഠിക്കാൻ, അവിടുത്തെ അച്ചൻ പറഞ്ഞിട്ടാണ് പോയത്. അവൾ കോളേജിലൊക്കെ പഠിച്ചതാ . സയൻസ് പഠിക്കാനാ പോയത് ."

ഞാൻ അത്ഭുതപ്പെട്ട്പോയി .

അവൾ വിദ്യാഭ്യാസം നേടിയിട്ടുണ്ട് .

എനിക്ക് വീണ്ടും സന്തോഷമായി .

ഞങ്ങൾ കുറേ നേരം സംസാരിച്ചു .

അപ്പോൾ പുറത്ത് ഒരു ശബ്ദം കേട്ടു .

ഒരു കാറാണ് . ഒരു കറുത്ത നിറമുള്ള പത്മിനി .

ആറ്റിൽനിന്ന് ഒരു മീൻ പുറത്ത് വരുമ്പോൾ ഒരു പിടപ്പുണ്ട് , അത്ര വലുതായി അമ്മ ഞെട്ടി എഴുന്നേറ്റു . രണ്ട് കൈകൾ തന്റെ മുഖത്തേക്ക് വെച്ച് കൊച്ചുകുഞ്ഞിനെപ്പോലെ വാവിട്ട് കരഞ്ഞു .

കാറിൽ നിന്നും സുമുഖനായ ഒരു നാൽപ്പത് നാല്പത്തഞ്ച് വയസ്സ് തോന്നിക്കുന്ന ഒരു മനുഷ്യൻ പുറത്തേക്ക് ഇറങ്ങി . അയാളെ കണ്ടതും മാലിനിയുടെ അച്ചനും അമ്മയും ഒന്ന് കുനിഞ്ഞു .

അവർ മാത്രമല്ല പുറംജോലിക്കാരും . ആരാണ് അയാൾ ഞാൻ അമ്പരന്ന് കൊണ്ട് അയാളെ നോക്കി. പിന്നെ അയാളുടെ അടുത്തേക്ക് നടന്നടുത്തു .

അപ്പോൾ അമ്മ എന്നെ തള്ളിമാറ്റിക്കൊണ്ട് അയാളുടെ അടുത്തേക്ക് ഓടി അടുത്തു . പിന്നെ ഗാഢമായി ഇരുവരും കെട്ടിപ്പിടിക്കുകയും ചുംബിക്കുകയും ചെയ്യ്തു .

ഞാൻ അങ്ങനെ തന്നെ നിന്നു.

ഒരു പ്രതിമകണക്കെ .

പക്ഷെ ഞാനൊഴിച്ച് ആ രംഗം എല്ലാവരും സന്തോഷത്തോടെ നോക്കി നിന്നു .

കൺകുളിർക്കെ നോക്കി നിന്നു .

അപ്പോൾ അകത്ത് നിന്ന് മാലിനി തല കുമ്പിട്ട് വളരെ ഭവ്യതയോടെ അവിടേക്ക് വന്നു . പിന്നെ എന്റെ കൈപിടിച്ചുകൊണ്ട് അയാളുടേയും അമ്മയുടേയും അടുത്തേക്ക് പോയി . അവൾ അവരുടെ മുന്നിൽ മുട്ട് കുത്തി ഇരുന്നു . അവർ ഇരുവരും അവളെ അനുഗ്രഹിച്ചു.

എന്റെ തലയിലും മുഖത്തും ഒക്കെ അയാൾ തലോടി .

ഞാൻ തടഞ്ഞില്ല . അമ്മയെ നോക്കി 'അമ്മ വീണ്ടും സുന്ദരിയായിരുന്നു . ഞാൻ ഇന്നുവരെ കാണാത്ത ഒരു ഭാവം . ആ കണ്ണുകളിൽ പ്രകാശം കൂടിയിരിക്കുന്നു .

അമ്മ പറഞ്ഞു .

നിന്റെ അച്ചനാണ് .

ഞാൻ അമ്മയെ നോക്കി ഞെട്ടലോടെ .

പിന്നെ ബോധം വീണ്ടെടുത്തു .

മനസ്സിനോട് പറഞ്ഞു .

ഇത് അച്ഛനാണ് ,എന്റെ അച്ഛൻ.

ഞാൻ എന്റെ മുറിയിൽ ഇരുന്നു . എത്ര നേരമെന്ന്
അറിയില്ല .

അമ്മ വന്നു ,

മാലിനി വന്നു .

അവർ എന്തൊക്കെയോ പറഞ്ഞു ,

പോയി .

    എനിക്ക് ഒന്നും വിശ്വസിക്കാൻ കഴിഞ്ഞില്ല . അച്ഛനെ
ഞാൻ കണ്ടിട്ടില്ല . ഒരു ചിത്രം പോലും വീട്ടിൽ
ഇല്ലായിരുന്നു . ഒരിക്കൽ പോലും അമ്മ
അച്ഛനെക്കുറിച്ച് പറയുന്നത് ഞാൻ കേട്ടിട്ടില്ല .
ആദ്യമൊക്കെ ഞാൻ ചോദിച്ചിരുന്നു . പിന്നെ
വിഷമമാകുമെന്ന് കരുതി ചോദ്യം നിർത്തി . ഇനി
ഇപ്പൊ എന്താ ഞാൻ ചോദിക്കുക .

    എനിക്ക് മാത്രമേ അയാളെ അറിയാത്തതായുള്ളൂ .
ഇവിടെ ഉള്ള എല്ലാവർക്കും അയാളെ അറിയാം .
എല്ലാവർക്കും എന്തൊരു ബഹുമാനം .

മാലിനിക്കും

ഊരുകാട്

അവൾക്കും എന്തൊക്കെയോ അറിയാം .

അറിയാത്തത് എനിക്കുമാത്രമാണ്. എന്റെ മനസ്സിലൂടെ പലപല ഊഹങ്ങളും ഓടിക്കൊണ്ടിരുന്നു .

പെട്ടന്ന് കതകിൽ ഒരു മുട്ട് കേട്ടു .

അച്ഛൻ

ഞാൻ കട്ടിലിൽ നിന്നും എഴുന്നേൽക്കാൻ നോക്കി .

അയാൾ എന്നെ ; അല്ല

അച്ഛൻ എന്നെ തടഞ്ഞു .

പിന്നെ എന്റെ ഒപ്പം കട്ടിലിൽ ഇരുന്നു .

"ഹരീ ... "

"നീ എന്നെ കണ്ടിട്ടില്ല. അറിയാം , അമ്മ നിന്നോട് പറഞ്ഞും കാണില്ല , അതും അറിയാം . ചില കാര്യങ്ങൾ പറയാൻ പറ്റില്ല . എനിക്ക് ഒരു ജോലി ഉണ്ടായിരുന്നു . അത് കഴിഞ്ഞു . ഇവിടെ ഇത് അറിയാത്തതായി ഇനി നീ മാത്രമേ ഉള്ളു . പുറത്ത് കാണുന്ന എല്ലവർക്കും എന്നെ അറിയാം അവരെ എനിക്കും "

അച്ഛൻ സംസാരിച്ചുകൊണ്ടിരുന്നു .

ഞാൻ ഒരു കൊച്ചുകുട്ടിയെപ്പോലെ കേട്ടുകൊണ്ടിരുന്നു .

" ഇപ്പൊ ഒരുപാട് സമയമായി , നീ റൂമിലേക്ക് കയറിയിട്ട് മണിക്കൂറുകൾ കഴിഞ്ഞിരിക്കുന്നു . വാ ഇന്ന് നമുക്ക് ഒരുമിച്ച് അത്താഴം കഴിക്കാൻ ."

അച്ഛൻ പറഞ്ഞു നിർത്തി .

പിന്നെ എന്റെ കൈയ്യിൽ പിടിച്ചു .

ഞാൻ കൊച്ച് കുഞ്ഞിനെപ്പോലെ കൂടെ എഴുന്നേറ്റു .

116

ഭാഗം : പത്ത്

അറിവ്, അവസാനം

ഊരുകാട്

ഞങ്ങൾ

ഞാനും അമ്മയും അച്ഛനും ഒരു മേശക്ക് ചുറ്റും ആഹാരം കഴിക്കുന്നു .

മാലിനി എല്ലാവർക്കും വിളമ്പി .

രാത്രിയുടെ ഇരുട്ടിനെ കീറിമുറിച്ചുകൊണ്ട് പല ശബ്ദങ്ങൾ

ചെന്നായയുടെ ഓരിയിടൽ

മൂങ്ങയുടെ കൂവൽ

ചീവീടുകളുടെ ഗാനം

അങ്ങനെ അങ്ങനെ അത് നീണ്ടു .

ഇതിനിടയിൽ ആ വിചിത്ര ശബ്ദവും ഉണ്ടായിരുന്നു . കാതിലേക്ക് കുത്തികയറുന്ന ശൂളം വിളി . ഞാൻ ആഹാരം കഴുപ്പ് നിർത്തി . അതിന് കാതോർത്തു . ഇവിടെ വന്ന അന്നുമുതൽ ഈ ചൂളമടി ഞാൻ കേൾക്കുന്നു . എന്താണ് ഇതെന്നോ , എവിടെനിന്നാണെന്നോ അറിയില്ല . കാട്ടിൽ നിന്നും കേൾക്കുന്നു . പക്ഷേ വീടിന് ചുറ്റും അത് കറങ്ങികൊണ്ടിരിക്കുന്ന പോലെ പലപ്പോഴും തോന്നിച്ചു .

"ധോളുകൾ "

ഞാൻ തല ഉയർത്തി നോക്കി .

അച്ഛൻ .

" ആ ചൂളം വിളിയല്ലേ നീ ശ്രദ്ധിച്ചത് ?"

" ഉം ... അതെ "

ഞാൻ പറഞ്ഞു .

"അത് ധോളുകളാണ് ."

"ധോളുകളോ ? അത് എന്താന്ന് ? "

ഞാൻ അത്ഭുതത്തോടെ ചോദിച്ചു .

" അതെ , ധോളുകൾ , ഒരു തരം കാട്ടുനായ്ക്കൾ , നമ്മളുടെ കാവൽക്കാർ , ഒന്നിലും പെടാത്ത ഒരു പ്രത്യേക ജീവി വർഗ്ഗം . അവരാണ് കാട്ടിലെ രാജാക്കന്മാർ ,ആന , പുലി എന്തിന് സിംഹങ്ങൾക്ക് പോലും ഇവരെ ഭയമാണ് ,ഇവരുടെ ഒത്തൊരുമ , കുടുംബം,കൂട്ടം ഒക്കെയാണ് നമുക്ക് വഴികാട്ടിയായത്. കഴിക്ക് , ഇനി എല്ലാം നീ അറിയണം ,എനിക്ക് നിന്നോട് കുറേ സംസാരിക്കാനുണ്ട് "

അച്ഛൻ പറഞ്ഞുനിർത്തി .

ഞാൻ കേട്ടിരുന്നു .

പലതും മനസ്സിലായില്ല .

എന്നാലും ഞാൻ കേട്ടിരുന്നു .

മാലിനി ഉത്സാഹത്തോടെ എന്നെ ഊട്ടികൊണ്ടിരുന്നു .

ആ കാഴ്ച്ച എല്ലാവരും അത് ആസ്വദിക്കുന്നുണ്ട് .

ഞാനും അത് ആസ്വദിച്ചു .

ഊണ് കഴിഞ്ഞു .

അച്ഛൻ പുറത്തേക്ക് ഇറങ്ങി .

വെള്ളമുയലുകൾ മുറ്റത്ത് അവിടവിടെ പമ്മി ഇരിക്കുന്നു .

ഊരുകാട്

നടുമുറ്റത്തെ സുന്ദരി ആ നിലാ വെളിച്ചത്തിൽ കൂടുതൽ സുന്ദരിയായി കാണപ്പെട്ടു .

മുറ്റത്ത് പുതിയ മുയലുകൾ

അച്ഛൻ വന്നപ്പോൾ കൊണ്ടുവന്നതാണ് .

ഹരീ ......

അച്ഛൻ നീട്ടി വിളിച്ചു .

ഞാൻ വാതിലിനകത്തുനിന്ന് പുറത്തേക്ക് നോക്കി നിൽക്കുകയായിരുന്നു .

അമ്മ എന്റെ തോളിൽ പിടിച്ചു .

ആ മുഖം ഒരു പുതിയ പ്രസരിപ്പോടെ കാണപ്പെട്ടു .

അമ്മ കണ്ണുകൊണ്ട് അച്ഛന്റെ സമീപത്തേക്ക് എന്നോട് പോകാൻ ആവശ്യപ്പെട്ടു .

ഞാൻ അമ്മക്ക് ഒരു ചെറുപുഞ്ചിരി നൽകി അമ്മയുടെ അടുത്ത് നിന്നും അച്ഛന്റെ

അടുത്തേക്ക് നടന്നു .

അച്ഛൻ എന്നേയും കൂട്ടി ആ ഗ്ലാസ് മുറിയിലേക്ക് നടന്നു . ഞങ്ങൾ മേശക്ക് ഇരുപുറവും ഇരുന്നു .

മുഖത്തോട് മുഖം നോക്കി .

ആ   ശൂലം   വിളി   അവിടവിടായായി
കേട്ടുകൊണ്ടിരുന്നു .

കൂടെ ചീവീടും കൂമനും .

"ധോളുകൾ "

"ഒരിക്കൽ ഭൂമിൽ നിന്നും അസ്തമിക്കാൻ തുടങ്ങിയ
കാട്ടുനായകൾ ."

അച്ഛൻ പറഞ്ഞു തുടങ്ങി .

ഞാൻ കാതുകൾ കൂർപ്പിച്ചു .

"   നിനക്കറിയാമോ   ,   ഇവ   കൂട്ടത്തോടെ   ,
കുടുംബത്തോടെ ഒരുമയോടെ ജീവിച്ച്   കൂടെയുള്ള
ജീവിവർഗ്ഗങ്ങൾ   നശിച്ചു പോയിട്ടും പിടിച്ചു നിന്നു .
അത് നമ്മളും കണ്ട് പഠിച്ചു . നമ്മൾ അത് പോലെ ഒരു
കൂട്ടമുണ്ടാക്കി , കുടുംബമുണ്ടാക്കി   നമ്മളും പിടിച്ചു
നിന്നു. ഇനിയും നമുക്ക് മുന്നോട്ട് പോകാനുണ്ട് .
ഒരുപാട് . "

ഒന്നും മനസ്സിലായില്ല . ഒന്നും.

ഞാൻ അച്ഛനെ നോക്കി

" നമ്മൾ "

"   അതെ നമ്മൾ ,   ഞാൻ നിന്റെ അച്ഛനാണ് .
വർഷങ്ങളോളം എനിക്ക് ഒരു ജോലിചെയ്യേണ്ടി വന്നു .
അത് കടമയാണ് . എനിക്ക്   ചെയ്യേണ്ടിയിരുന്ന ഒരു
കൂട്ടത്തിന് വേണ്ടിയുള്ള   എൻ്റെ കടമ , ഇപ്പോ
നീയും നിന്റെ കടമ ചെയ്യുന്നു . പക്ഷെ നീ അറിയാതെ
; നിന്റെ ജോലി ചെയ്തുകൊണ്ടിരിക്കുന്നു . "

" കടമ ? ഞാനെന്ത് ചെയ്യുന്നു ?"

ഞാൻ അത്ഭുതത്തോടെ അമ്പരപ്പോടെ ചോദിച്ചു .

അച്ഛൻ തുടർന്നു

"നമ്മുടെ കൂട്ടത്തെ സുരക്ഷിതമാക്കുക അതായിരുന്നു നിനക്ക് ചെയ്യേണ്ടിയിരുന്നത്. അതാണ് നീ ഇപ്പോൾ ചെയ്യുന്നത് . ബംഗ്ലാവിൽ ഡാനിയൽ നിനക്ക് വച്ചുമാറിയ ആ പുരയിടങ്ങൾ അവയെല്ലാം നമുക്ക് ഒരു ചുറ്റുമതിലാണ് , അതിർത്തികളാണ് . "

വീണ്ടും 'നമ്മൾ'

" എനിക്ക് മനസ്സിലായില്ല , അതിർത്തി , നമ്മൾ ? "

ഞാൻ ചോദിച്ചു .

അച്ഛൻ ചിരിച്ചു .

വീണ്ടും തുടർന്നു .

"പറയാം ശ്രദ്ധിച്ച് കേൾക്കണം. നീയും ഞാനും ഒക്കെ ഒരു വംശത്തിന്റെ കണ്ണികളാണ്. ആയിരക്കണക്കിന് വർഷങ്ങൾക്ക് മുന്നേ മണ്ണോടുപോകേണ്ടവർ. പക്ഷേ പതിയെ പതിയെ നമ്മൾ തിരികെവന്നു. ഇപ്പൊ തിരികെ പിടിക്കുകയാണ് നമ്മളുടെ ലോകത്തെ . ഈ ഭൂമി മുഴുവൻ ഇപ്പോൾ അവരുടെ കീഴിലാണ് , അവരുടെ ഭരണമാണ്."

അറിയാതെ എന്റെ രോമകൂപങ്ങൾ എഴുന്നേറ്റ് നിന്നു .

അച്ഛൻ തുടർന്നു .

" നമ്മളാണ് മനുഷ്യർ യഥാർത്ഥ മനുഷ്യർ .

നീ പുറംലോകത്ത് കണ്ടവർ നിന്റെ ആരുമല്ല . അവറ്റകൾ മനുഷ്യൻ എന്ന് ഊറ്റം കൊള്ളുന്ന നിയാൻട്രതാലുകളാണ് . പക്ഷെ അവർ പരസ്പരം പറയുന്നത് അവരാണ് മനുഷ്യർ ,അവരാണ് ഈ ലോകം ഇങ്ങനെ ആക്കിയത് .

ആശ്രിതർ വീട് കൈയ്യേറിയതുപോലെയാണ് അന്ന് അവർ ഭൂമി കൈയ്യടക്കിയത് . അന്ന് അവർ പ്രതീക്ഷിച്ചിരുന്നത് നമ്മളൊക്കെ മണ്ണിൽ അലിഞ്ഞില്ലാതെ പോയെന്നാണ് .

ആ പുഴുക്കൾ ഇപ്പോൾ അവർതന്നെ ആരാണെന്നും ആരായിരുന്നെന്നും മറന്നുപോയിരിക്കുന്നു.

പക്ഷേ ഈ പുഴുക്കളെ നിയന്ത്രിക്കുന്ന ഒരുപറ്റം , ഈ ഭൂമിയെന്നെ ഗർത്തത്തിന് പുറത്തുണ്ട് . അവരുടെ യജമാനന്മാർ . ആദ്യം ഈ പഴുക്കളെ ചവിട്ടി അരക്കണം . പിന്നെ അവരുടെ ആ യജമാനന്മാരെ . "

ഒരോന്ന് പറയുന്ന സമയത്തും അച്ഛന്റെ മുഖം കൂടുതൽ ചുവന്നു . ശബ്ദം കൂടുതൽ വിറയാർന്നു . അഭിമാനം , ദേഷ്യം ,സങ്കടം അങ്ങനെ പല വികാരങ്ങളും ആ മുഖത്ത് ഞാൻ കണ്ടു .

അച്ഛൻ തുടർന്നു .

ആ ചിത്രം കണ്ടോ ?

ഞാൻ ഭിത്തിയിലേക്കുനോക്കി .

ആ ചിത്രം , ആ വായനാമുറിയിൽ ആദ്യം വന്ന നാൾ തന്നെ ഞാൻ ശ്രദ്ധിച്ചിരുന്നു .

പുസ്തകങ്ങൾ കൊണ്ട് വെച്ചപ്പോഴും , പഴയ പല സാധനങ്ങൾ മാറ്റിയപ്പോഴും ആ ചിത്രം ഞാൻ അവിടെ നിന്നും മാറ്റിയില്ല . അത് എന്നെ മറ്റ് പല ചിന്തകളിലേക്കും കൊണ്ട് പോയിരുന്നു .

അത് ഇങ്ങനെ ആയിരുന്നു .

ഒരു വലിയ വെളുത്ത ഗോളം , അതിൽ അവിടെ അവിടെ വലിയ കുഴികൾ . അതിലെ ഒരു കുഴിയിൽ ഭൂമിയുടെ ഭൂപടം വരച്ചുവെച്ചിരിക്കുന്നു .

പരന്ന ഭൂമി മഞ്ഞുപാളികളാൽ ചുറ്റപ്പെട്ട ഒരു വലിയ കുഴിയിൽ . ആ കുഴിയുടെ മുകളിൽ കുമിളപോലെ എന്തോ ,വീണ്ടും വീണ്ടും ഒന്നിനൊന്ന് മുകളിലായി കുമിളകൾ.

ഒരു വിചിത്ര ഭാവന

ഭൂമി ഇങ്ങനെ ആണോ ?

മറ്റുള്ളവർ പറഞ്ഞ അറിവല്ലാതെ എന്താണ് നമുക്ക് അറിയാവുന്നത് .

ഒരു പക്ഷെ അവർക്ക് തെറ്റി,ഇതാണ് ശരിയെങ്കിലോ ?

അല്ലെങ്കിൽ ചുമ്മാ ഒരു ചിത്രം അതായിരിക്കും .

അന്ന് കണ്ടപ്പോൾ എന്നെ കുറേ ചിന്തിപ്പിച്ച ചിത്രം .

അവസാനം വെറും ചിത്രം എന്ന് മനസ്സിൽ കണക്ക് കൂട്ടി തികട്ടി വന്ന എല്ലാ ചിന്തകളും കളഞ്ഞതാണ് .

അച്ഛൻ എന്തിനാണ് ഇത് നോക്കാൻ പറയുന്നത് .

"നീ അത് കണ്ടോ ?

"ഉം .. "

ഞാൻ മൂളി

" അതാണ് ഭൂമി , ബാക്കി നീ കേട്ടതൊക്കെ അസംബന്ധം . ആ ഭൂമിക്ക് പുറത്ത് അവിടവിടെ കാണുന്ന മറ്റ് ഗർത്തങ്ങൾ കണ്ടോ . അവയിൽ ഏറ്റവും ചെറിയതിനെ കണ്ടോ അതിൽ നിന്നാണ് ഈ പുഴുക്കൾ നമ്മുടെ ലോകത്തിൽ എത്തിയത് . അതിനും അപ്പുറം കാണുന്ന വലിയ ഗർത്തം കണ്ടോ

അതാണ് അവരുടെ യജമാനന്മാരുടെ വാസസ്ഥലം . അതിനപ്പുറം ഭീകരജീവികളുടെ വാസസ്ഥലം . അങ്ങനെ പതിനാല് ഗർത്തങ്ങൾ , ഈ ഗർത്തങ്ങൾ എല്ലാം ഉൾപ്പെടുന്ന വലിയ തണുത്ത് ഉറഞ്ഞ ഒരു ഗോളം അതാണ് സൗരവം .അതിലെ ഒരു ഗർത്തം മാത്രമാണ് ഭൂമി . നമ്മളുടെ ഭൂമി ."

ഞാൻ ഒന്നും പറഞ്ഞില്ല .

എന്ത് വിഡ്ഢിത്തരം .

ഭൂമി കുഴിയിൽ ,

നമ്മളാണ് മനുഷ്യർ , പുറത്ത് ഉള്ളവർ മനുഷ്യരല്ല .

ഇനി എന്തൊക്കെ കേൾക്കേണ്ടി വരുമോ എന്തോ ?

അച്ഛനല്ലെ , പറയട്ടെ .

ഞാൻ മൂളി കേട്ടു .

പക്ഷെ മനസ്സിൽ ആ വിധാരം ഉണ്ടായിരുന്നു .

അറിയാനുള്ള ആകാംക്ഷ.

കാരണം കുറച്ച് ദിവസങ്ങളായി ചുറ്റും നടക്കുന്നത് വിവരിക്കാനാകാത്ത കാര്യങ്ങളാണല്ലോ ?

അച്ഛൻ തുടർന്നു .

"നമ്മൾ ഭൂമിയുടെ അങ്ങ് ഇങ്ങായി പടർന്ന് തുടങ്ങി . ഇവിടെ കേരളത്തിൽ രണ്ട്   ഇടം, ഏഷ്യയിലും യൂറോപ്പിലും   മൊത്തമായി ഇപ്പോൾ   നാൽപ്പത് ഇടങ്ങൾ . നമ്മൾ വളരുകയാണ് . ഇത് പോര ഇനിയും വളരണം. ഈ   പുഴുക്കൾ, ഇവറ്റകൾ അറിയാതെ അവരുടെ ഇടയിൽ മറഞ്ഞുജീവിക്കണം   ,സമയം വരുംവരെ .അതിന് പല രീതികളും നമ്മൾ രൂപീകരിച്ചു . അതിൽ ഒന്നാണ് ഈ ഊരുകാട് . നമ്മൾ ഉണ്ടാക്കിയ നമ്മുടെ ഊരുകാട്."

ഞാൻ മൂളി കേട്ടുകൊണ്ടേയിരുന്നു .

അല്ലാതെ എന്ത് ചെയ്യാനാണ് .

മുഖത്ത് ഗൗരവഭാവം വരുത്തിക്കൊണ്ട്, വിശ്വാസയോഗ്യമല്ലാത്തതായിട്ടുപോലും എല്ലാം കേട്ടുകൊണ്ട് , മൂളിക്കൊണ്ട് , ഞാൻ ഇരുന്നു .

അച്ഛൻ തുടർന്നു .

"എനിക്കറിയാം ഇതൊന്നും നിനക്ക് ഒട്ടും ഉൾകൊള്ളാൻ കഴിയില്ല . അതിന് കാരണം നിന്റെ പഠനമാണ് . അവർ എന്താണ് പഠിക്കുന്നത് , അവരുടെ ജീവിതം എന്താണ് . സമൂഹം എങ്ങനെ ഓരോ വീടുകളും കടകളും സാമൂഹ്യ ഇടപെടലുകളും എല്ലാം അറിഞ്ഞുവളരാൻ വേണ്ടി നിന്നെ ഞങ്ങൾ അവരുടെ ഇടയിൽ വളർത്തി .

നിന്നിലൂടെ നമ്മൾ മനസ്സിലാക്കിയത് അമ്പരപ്പിക്കുന്ന കാര്യങ്ങളാണ് . ഇവർക്ക് ഒന്നും അറിയില്ല , ജീവിക്കുന്നു . അവർ ആരാണെന്നോ , എവിടെ ജീവിക്കുന്നുവെന്നോ ഒന്നും. ചിലപ്പോൾ ഏറ്റവും മുകൾതട്ടിന് അറിവുണ്ടായിരിക്കണം . എന്തായാലും താഴെ തട്ടുകാർക്ക് ഒട്ടുമില്ല.

പിന്നെ അവരുടെ ആയുസ്സ്, അത് വളരെ കുറഞ്ഞുപോയിരിക്കുന്നു.

അവരുടെ വർഷക്കണക്കിൽ നൂറിന് താഴെ .

അവരുടെ കണക്കിൽ കൂട്ടിയാൽ നമ്മുടെ ആയുസ്സ് മുന്നൂറാണ് . ഓരോ നൂറ് വർഷത്തിൽ ഒരുകുട്ടി എന്ന രീതിയിലാണ് നമുക്ക് ജനനനിരക്ക് . നമ്മുടെ ഒരു സ്ത്രീ അവരുടെ ആയുസ്സിൽ രണ്ട് കുട്ടികൾക്കേ ജന്മം നൽകുകയുള്ളൂ ."

ഞാൻ അമ്പരന്നു .

" മുന്നൂറോ ? "

അച്ഛൻ ചിരിച്ചു .

" അതെ , മുന്നൂറ് , ഇപ്പൊ മുപ്പത് കഴിഞ്ഞതേ ഉള്ളല്ലോ നിനക്ക്,കല്യാണ പ്രായമാണ് . നിന്നെ പുറത്ത് പഠിക്കാൻ വിട്ടപോലെ മാലിനിയെ ഞാനാണ് പുറത്തെ കോളജിൽ പഠിക്കാനയച്ചത് . അവൾ എനിക്ക് മകളെ പോലെയാണ് . നിന്റെ വിവാഹശേഷം ഞാനും നിന്റെ അമ്മയും യൂറോപ്പിലേക്ക് പോകും.നിങ്ങൾ ഇവിടെ താമസ്സിക്കണം . നിങ്ങൾക്ക് അങ്ങോട്ട് വരാം പക്ഷേ ഇവിടെ നിങ്ങളുടെ കടമ കഴിയുന്ന സമയം മാത്രം."

ഞാൻ പതിയെ പതിയ അത് തിരിച്ചറിയുകയായിരുന്നു

അച്ഛൻ തമാശ പറയുകയായിരുന്നില്ല .

എനിക്ക് അറിയാത്ത മസ്സിലാകാത്ത എന്തൊക്കെയോ ഉണ്ട് .

അച്ഛനും കൂടെ ഉള്ള എല്ലാവർക്കും ,അമ്മയ്ക്കും.. എല്ലാം അറിയാം .

ഇവിടെ ഒന്നും അറിയാത്തതായി ഞാൻ മാത്രമാണ് .

ഇവർ പറയുന്നത് സത്യമാണെങ്കിൽ

അപ്പോൾ ഞാൻ പഠിച്ചത് ,അറിഞ്ഞത് , ഇടപഴകിയ ആളുകൾ

എന്റെ ഇരുപ്പ് കണ്ട് അച്ഛൻ ചോദിച്ചു .

" കൺഫ്യൂഷനായോ ? "

ഊരുകാട്

ഉം ..

ഞാൻ ഒന്ന് മൂളി

അച്ഛൻ ചിരിച്ചു .

അപ്പോൾ പുറത്ത് കാലടിയൊച്ച കേട്ടു .

ഞങ്ങൾ പുറത്തേക്ക് നോക്കി .

അമ്മ , മാലിനിയുടെ അമ്മ പിന്നെ രണ്ട് സ്ത്രീകൾ

എല്ലാവരും വെള്ള വസ്ത്രധാരണികൾ

" മോനോട് പറഞ്ഞില്ലേ , ചടങ്ങ് തുടങ്ങണം .
സമയമാകുന്നു . "
അമ്മ പറഞ്ഞു .

" എന്താ അമ്മേ ?"

ഞാൻ ചോദിച്ചു .

അമ്മ ചിരിച്ചു .

" ഇന്ന് നിന്റെ വിവാഹത്തിന് തീയതി കാണുന്നു . പരസ്പര സമ്മതം കൊടുക്കുന്നു . ഇന്ന് മുതൽ നിങ്ങൾ ഒരുമിച്ചാണ് ഊണും ഉറക്കവും എല്ലാം . ബാക്കി അച്ഛൻ പറയും . രണ്ടാളും ഒരുങ്ങി വന്നോളൂ ."

അതും പറഞ്ഞുകൊണ്ട് അമ്മയും കൂട്ടരും പോയി .

ഞാൻ അച്ഛനെ നോക്കി .

അച്ഛൻ എഴുന്നേറ്റ് എന്റെ അടുക്കലേക്ക് വന്നു .

തലയിൽ തലോടി .

പിന്നെ പറഞ്ഞു .

" അമ്മ പറഞ്ഞത് ശരിയാ , ചടങ്ങിന് സമയമായി . "

അപ്പോഴാണ് ഞാൻ അത് കണ്ടത് ഒരു വലിയ പൊതി . അത് വസ്ത്രമായിരുന്നു . വെള്ള വസ്ത്രം .

അതിൽ ഒന്നേ ഉണ്ടായിരുന്നുള്ളൂ . അത് അച്ഛൻ ധരിച്ചു .

പിന്നീട് അവിടെ ഇരുന്ന് വലിയ ഗ്ലാസ് പാത്രത്തിൽ അച്ഛൻ തീപ്പെട്ടിയിൽ നിന്നും തീ ഉരച്ചിട്ടു . ഗ്ലാസിൽ ഉണ്ടായിരുന്ന പൊടി കത്തിത്തുടങ്ങി . അവിടമാകെ വെള്ള പുക നിറഞ്ഞു .

എനിക്ക് തലകറങ്ങി . ശ്വാസം മുട്ടി .

ഊരുകാട്

ഒന്നും പറയാൻ കഴിയുന്നില്ല . ഒന്നും ചെയ്യാനും .

ഏതോ മായികലോകത്തിൽ എന്നപോലെ
പിന്നെ ഒന്നും ഓർമ്മയില്ല .

ഞാൻ കണ്ണുകൾ വീണ്ടും തുറന്നു .

ഞാൻ ആ പള്ളിമുറ്റത്താണ് .

ഇത് ഊരുകാടാണ് .

എന്റെ ശരീരത്തിൽ എനിക്ക് നിയന്ത്രണമില്ലാത്ത
അവസ്ഥ   .   ഉച്ചത്തിൽ   എന്തൊക്കെയോ
ആരൊക്കെയോ പറയുന്നു . പിന്നെ എന്നെ രണ്ട് പേർ
ചെന്ന് പിടിച്ചു. പള്ളിക്കകത്തേക്ക് നടത്തിച്ചു .

ഞാൻ നടന്നു

അകത്ത് ,

അവിടമാകെ ചുവപ്പായിരുന്നു .

അത് പള്ളിയല്ല . അവിടെ ഒരു സ്ത്രീയുടെ രൂപം ,
പ്രതിമയാണോ അതോ ?

അവിടവിടെ വെള്ള വസ്ത്രം ധരിച്ച സ്ത്രീയും
പുരുഷനും   ചേർന്ന്   നിൽക്കുന്നു .   എല്ലാവരും
പരസ്പരം കൈ കോർത്ത് പിടിച്ചിട്ടുണ്ട് .

ഞാൻ ആ സ്ത്രീ പ്രതിമക്ക് മുന്നിൽ എത്തി .

അതാ ഒരു ഭാഗത്ത് അച്ഛനും അമ്മയും കൈ കോർത്ത് നിൽക്കുന്നു .

അതിനടുത്ത് മാലിനിയുടെ അമ്മ ,അച്ഛൻ.

രാവിലെ കണ്ട അച്ചൻ ചുവന്ന നീണ്ട വസ്ത്രം ധരിച്ചുകൊണ്ട് മുന്നിൽ നിൽക്കുന്നു . എന്നെ കൂടെവന്നവർ അവിടെ മുട്ട് കുത്തിച്ചു . ഞാൻ മുട്ട് കുത്തി . അപ്പോൾ ഞാൻ കണ്ടു എന്റെ ഇടത് ഭാഗത്ത് അവൾ മാലിനി .

അവൾ നഗ്നയായിരുന്നു .

അപ്പോഴാണ് അത് ഞാനുംമനസ്സിലാക്കിയത് ഞാനും നഗ്നനാണ് . പക്ഷെ ആർക്കും അത് പ്രശ്നമാണെന്ന് തോന്നിയില്ല .

ഞാൻ കണ്ണടച്ചുപിടിച്ചു .

ഒന്നും കാണണ്ടല്ലോ . അപ്പോഴല്ലേ നാണം ഉണ്ടാകൂ .

കുറച്ചു നേരം ഞാൻ അങ്ങനെ ഇരുന്നു .

ബഹളത്തിന് ശമനമുണ്ടായോ ?

ഞാൻ പതിയെ കണ്ണുകൾ തുറന്നു.

മുറിയിൽ ചുവന്ന നിറം .

ഞാൻ കൺകോണിലൂടെ അവളെ നോക്കി.

മാലിനി;

ഊരുകാട്

ഒരു നൂൽവസ്ത്രംപോലും അവളിൽ ഉണ്ടായിരുന്നില്ല.

അവളും കണ്ണുകൾ അടച്ച് മുട്ടുകുത്തി നിൽക്കുന്നു .

അവൾ അതിസുന്ദരിയാണ് .

കൊത്തിവെച്ച പ്രതിമ പോലെ , അവളുടെ അഴകിനെ
വർണ്ണിക്കാനാകില്ല .

അവൾ കണ്ണ് തുറന്നു .

ആ പാതി തുറന്ന കണ്ണുകൾ എന്നിൽ പതിച്ചു .

ആ കണ്ണുകളിൽ

പ്രണയവും സന്തോഷവും അഭിമാനവും ഒക്കെ ഞാൻ
കണ്ടു .

പെട്ടന്ന് അവൾ കണ്ണടച്ചു കളഞ്ഞു .

അവൾക്കും നാണം ഉണ്ടായിക്കാണും

എന്റെ മനസ്സ് പൂത്തുലഞ്ഞു .

എന്റെ സന്തോഷം അതിരുകൾ ഇല്ലാതെ പടർന്ന്
പന്തലിച്ചുകൊണ്ടിരുന്നു .

ആ പരന്ന ഭൂമിയും മനുഷ്യനും നഗ്നതയും ഒന്നും ഒന്നും
എനിക്ക് ഒരു പ്രശ്നമായി തോന്നിയില്ല .

ഇപ്പോൾ ഈ കാണുന്നത് ഈ അനുഭവിക്കുന്നത്
അത് സത്യമാണെന്ന് വിശ്വസിക്കാനാണ് എനിക്ക്
തോന്നിയത് .

അല്ല ഞാൻ വിശ്വസിക്കുന്നു .

ഞാൻ കണ്ണുകൾ തുറന്നു .

അവരുടെ വാക്കുകളെ ഞാനും പിന്തുടരാൻ തുടങ്ങി .

പക്ഷേ   ആ   കാഴ്ച   എന്നെ   ശരീരമാസകലം
വിറകൊള്ളിച്ചു.   അവിടെയെല്ലാം   തലയോട്ടികൾ
അടുക്കിവെച്ചിരിക്കുന്നു.

ഭയം നിറഞ്ഞു.

ആ സ്ത്രീയുടെ പ്രതിമയുടെ മുന്നിൽ

എന്റെ തൊട്ടുമുന്നിൽ

പുരുഷൻ

പുരുഷന്റെ തല

അതിന് കണ്ണുകൾ അടച്ച് ഉറങ്ങുന്ന ഭാവം .

ഞാൻ പേടിച്ച് പുറകോട്ട് വീഴാൻ ആഞ്ഞു .

അപ്പോഴേക്കും ശബ്ദങ്ങൾ നിലച്ചിരുന്നു .

വേച്ചുവീഴാൻ തുടങ്ങിയ എന്നെ ,അച്ഛൻ താങ്ങി .

പിന്നെ

എനിക്കും മാലിനിക്കും മഞ്ഞ വസ്ത്രങ്ങൾ നൽകി ,
നാണം മറയ്ക്കാൻ .

ഊരുകാട്

ഞാൻ വീണ്ടും ആ തലയിലേക്ക് നോക്കി .

പുരുഷന്റെ തല

ഞാൻ അതിനെ ചൂണ്ടിക്കൊണ്ട് അമ്മയുടെ മുഖത്തേക്ക് നോക്കി .

അമ്മക്ക് ഒരു ഭാവമാറ്റവും ഉണ്ടായില്ല .

പ്രസന്നമായ ഭാവം .

" എന്താണ് ? "

ഞാൻ തല തിരിച്ച് നോക്കി

അച്ഛൻ

" പുരുഷൻ "

ഞാൻ പറഞ്ഞു .

" ഉം .. അതെ പുരുഷനാണ് . ഒരു പുതിയ കുടുംബത്തിന്റെ അടിത്തറ , ഒരു നിയാട്രതാൽ തലയെടുത്തുകൊണ്ടാണ് പാകുന്നത് . ആ തല വിവാഹം കഴിക്കുന്ന രണ്ട് പേരുടെ മരണം വരെ

സൂക്ഷിക്കണം. പുരുഷന്റെ തല കഴിഞ്ഞ വിവാഹത്തിന്റെ അടയാളമാണ് ."

അച്ഛൻ എന്റെ ചെവിയോട് ചേർന്ന് പറഞ്ഞുകൊണ്ട്, എന്റെ കൈയ്യിൽ പിടിച്ച് മുന്നോട്ട് നടന്നുകൊണ്ട് തുടർന്നു .

" ഇനി വിവാഹത്തിന് ആറ് മാസം. ഇന്ന് മുതൽ നിങ്ങൾ ഒരുമിച്ചാ. നീയും മാലിനിയും ; ആ വീട് കണ്ടോ, അതിലാണ് ഇനി ആറ് മാസം. ആറ് മാസം ഈ ഊർകാട് വിട്ട് പുറത്ത് പോകാനും പാടില്ല "

ഞാൻ അച്ഛന്റെ വിരലുകാണിച്ച ദിക്കിലേക്ക് നോക്കി .

അവിടെ

ഒരു മഞ്ഞ നിറത്തിലുള്ള മനോഹരമായ ചെറിയ വീട് .

ഞാൻ അച്ഛനെ നോക്കി .

അച്ഛന് കാര്യം മനസ്സിലായ പോലെ

"ജോലിയും ബിസിനസ്സുമോർത്ത് പേടിക്കണ്ട. ഗൾഫിലെ കാര്യമൊക്കെ നല്ല പോലെ നടന്നോളും "

അച്ഛൻ ചിരിച്ചു കൊണ്ട് പറഞ്ഞു .

ഞാൻ പുറകോട്ട് നോക്കി .

അമ്മയും

മാലിനിയും

അവളുടെ അച്ഛനും അമ്മയും എല്ലാവരും പുറകെ ഉണ്ട്.

ഞാൻ അവർക്കും പുറകിലേക്ക് നോക്കി

പള്ളിയുടെ ആ വലിയ വാതിലിലേക്ക് .

പള്ളിയില്ല കെട്ടിടം

അതിന്റെ വാതിൽ വലുതായിരുന്നു .

അകത്ത് നിന്നും ചുവന്ന പൊടി പുറത്തേക്ക് എത്തിനോക്കികൊണ്ടിരിക്കുന്നു .

അകത്ത് ആരവം കെട്ടടങ്ങിയിരുന്നു .

പുരുഷൻ ആ വലിയ വാതിലിൽ കൈകെട്ടിനിന്ന് തന്നെ നോക്കുന്നു .

തോന്നലാണോ ?

അതെ . തോന്നൽ

ഞാൻ പടികളിറങ്ങി .

അതാ താഴെ

ആറോളം പോലീസുകാർ .

എന്റെ ഉള്ള് പിടഞ്ഞു .

മുകളിൽ ആ കെട്ടിടത്തിൽ തലകളുടെ കൂമ്പാരം , ഇവർ ഈ പടികൾ കടന്ന് മുകളിൽ എത്തിയാൽ തെളിവുകളുടെ കൂമ്പാരമാണ് .

എല്ലാരും അഴിയെണ്ണും .

ഞാൻ അച്ഛനെ നോക്കി .

ഒരു ഭാവമാറ്റവും ആ മുഖത്ത് ഞാൻ കണ്ടില്ല .

പക്ഷേ സംഭവിച്ചത്

അച്ഛനെ കണ്ട്

അവർ , ആ പോലീസുകാർ ; തല കൊണ്ട് വണങ്ങി .

പിന്നെയവർ എന്നെ പരിചയപ്പെടാൻ തിരക്ക് കാണിച്ചു.

അവരുടെ ഒരോരുത്തരുടേയും പേരുകൾ അച്ഛൻ
പറഞ്ഞുകൊണ്ട് എന്നെ അവർക്ക് പരിചയപ്പെടുത്തി .

ഞാൻ അപ്പോഴും ആലോചനയിലായിരുന്നു .

എന്നിരുന്നാലും   എല്ലാം കേട്ടപോലെ ,പാവ കണക്കെ
തലയാട്ടി ,മൂളിക്കൊണ്ട് ഞാൻ നിന്നു .

ഒടുവിൽ ഏറ്റവും അറ്റത്ത് നിന്ന ആൾ മാത്രമായി .

അച്ഛൻ അയാളുടെ തോളിൽ   കൈകൾ കൊണ്ട്
തട്ടിപരിചയപ്പെടുത്തി .

"പുരുഷൻ"

ഞാൻ ഞെട്ടി അയാളുടെ മുഖത്തേക്ക് നോക്കി
പിന്നെ ചോദ്യഭാവത്തിൽ അച്ഛനെ നോക്കി.

ഊരുകാട്

അച്ഛൻ തുടർന്നു

"ഇത് പുരുഷൻ ,

മുൻപ് കുളത്തൂപ്പുഴയിലായിരുന്നു. നമ്മുടെ എസ്റ്റേറ്റിലാ പഠിച്ചതും വളർന്നതും .

ഇപ്പോ ജോലിയും ആയി .

ഇവിടാ ആദ്യ പോസ്റ്റിങ്ങ് , ഇന്ന് ജോയിൻ ചെയ്തതേ ഉള്ളു . "

പുരുഷൻ

മനസ്സിൽ ഒരു മിന്നൽ പിണർ ,

എല്ലാം വ്യക്തം.

എന്റെ വിവാഹത്തിന്റെ ഒരുക്കങ്ങൾ തുടങ്ങിക്കഴിഞ്ഞു

എന്റെ വിവാഹത്തിന്റെ അടിത്തറ പാകാനുള്ള തലയുമായി വീണ്ടും ഒരു 'പുരുഷൻ'

എന്റെ ഉള്ളിൽ ഭീതിയുടെ, ഭാവിയുടെ ഭയാനകരമായ ചിന്ത ഉയർന്നുവന്നു .

ഉള്ള് വിറച്ചു . അത് എന്റെ കൈകാലുകൾ വിറപ്പിക്കുന്നത് ഞാൻ അറിഞ്ഞു .

ഇതൊക്കെ സത്യമാകുമോ ?

ഇപ്പോൾ ഈ നിമിഷത്തിൽ ഞാൻ ഭയത്തിലാണ് .

അവിടെയുള്ള ആരിലും ഞാൻ എന്റെ ഭയത്തെ കണ്ടു.

അമ്മ , അച്ഛൻ , മാലിനി അങ്ങനെ എല്ലാവരിലും

നെഞ്ച് വിറക്കുന്നുണ്ട് . കാലുകളും കൈകളും വിറക്കുന്നുണ്ട് .

ഇടക്കിടെ ഞാൻ എന്നെ നുള്ളിനോക്കി .

ചിലപ്പോൾ സ്വപ്നമാണെങ്കിലോ ?

ഒന്നും സംഭവിച്ചില്ല .

ഞാൻ എന്റെ ഭയത്തെ പുറത്ത് കാട്ടാതെ , മുഖത്ത് കാട്ടാനാകാതെ പാട് പെട്ടു .

എന്റെ ചുണ്ടുകൾ ചിരി തൂകിക്കൊണ്ടിരുന്നു.

ചുണ്ടുകൾ സന്തോഷിക്കട്ടെ .

അപ്പോൾ ചുരവയിടലുകളുടെ ശബ്ദം ഉയർന്ന് കേട്ടു .

മാലിനിയെ എന്നോടൊപ്പം അവർ ചേർത്ത് നിർത്തി .

ഞങ്ങളുടെ തലയിൽ അവർ മഞ്ഞ വെള്ളമൊഴിച്ചു .

ഞങ്ങളുടെ ശരീരങ്ങൾ മഞ്ഞനിറമായി.

ഇനി ഒരു തിരിച്ച് പോക്കില്ല .

ഇതു സത്യമാണെങ്കിലും അല്ലെങ്കിലും ഇവരെ വിശ്വസിച്ചേ പറ്റു .

എന്റെ മുപ്പത് വർഷങ്ങൾ .

മുപ്പത് വർഷങ്ങൾ ഞാൻ പഠിപ്പിച്ചതിനെയെല്ലാം കഴുകികൊണ്ട് മഞ്ഞവെള്ളം തലയിൽ നിന്നും കണ്ണുകളിലേക്ക് ഒഴുകിയിറങ്ങി. അത് എന്റെ കാഴ്ചയെ മറച്ചു. ആ മറഞ്ഞതിനിടയിലൂടെ നനഞ്ഞ കൺപീലികൾക്കിടയിലൂടെ ഞാൻ കണ്ടു .

ഊരുകാട്

എല്ലാവരും ആനന്ദത്തിൽ ആറാടുകയയാണ് .

ഞാൻ ആ മഞ്ഞ നിറമുള്ള വീട്ടിലേക്ക് കയറി

എന്റെ കൈ പിടിച്ച് മാലിനിയും

ഞങ്ങളുടെ പിന്നിൽ ആ വാതിൽ പുറത്ത് നിന്നും
അടയപ്പെട്ടു .

THE END

ഊരുകാട്

ഈ പുസ്തകം വായിച്ച എല്ലാ മനസ്സുകൾക്കും

നന്ദി

സജീവ്കുമാർ ശശിധരൻ